வெளிநாடுகளில் MBBS

அதிகமான இந்திய மாணவர்கள் படிக்கும் இருபது நாடுகள்

வெளிநாடுகளில் MBBS

அதிகமான இந்திய மாணவர்கள் படிக்கும் இருபது நாடுகள்

பிரபு பாலா

SPECIFICS

Title: Velinaadugalil MBBS
Author's Name: Prabhu Bala

Published by ZDP Specifics

SPECIFICS

(An imprint of Zero Degree Publishing)
No. 55(7), R Block, 6th Avenue,
Anna Nagar,
Chennai - 600 040

Website: www.zerodegreepublishing.com
E Mail id: zerodegreepublishing@gmail.com
Phone: 89250 61999

ZDP Specifics First Edition: December 2023
ISBN: 978-93-95222-81-5
TITLE NO ZDPS: 76

Cover Design & Layout: Vijayan, Creative Studio

சமர்ப்பணம்

என்னுடைய சித்தி Late **G.விஜயலட்சுமி** அவர்களுக்கு

ஆண்டுதோறும் இந்தியாவில் தோராயமாக இருபது லட்சம் மாணவர்கள் மருத்துவ இளங்கலை படிப்புக்கான நுழைவுத் தேர்வு நீட் எழுதுகிறார்கள். அவர்களில் பதினொரு லட்சம் மாணவர்கள் தேர்வு பெறுகிறார்கள். ஆனால் தேசிய அளவில் அறுநூற்று எண்பத்தியொரு அரசு மற்றும் தனியார் கல்லூரிகளில் ஒரு லட்சத்து ஐந்தாயிரம் இடங்களே உள்ளன.

ஆண்டுதோறும் தமிழகத்தில் ஒன்றரை லட்சம் மாணவர்கள் நீட் நுழைவுத் தேர்வு எழுதி எண்பதாயிரம் மாணவர்கள் தேர்ச்சி பெறுகிறார்கள். ஆனால் பதினொராயிரம் இடங்கள் மட்டுமே உள்ளன. அவற்றில் அரசு மருத்துவக் கல்லூரி இடங்கள் ஆறாயிரம்.

'அப்படி என்றால் ஓர் ஆண்டு மருத்துவக் கல்லூரியில் இடம் கிடைக்கவில்லை என்றால் இன்னொரு ஆண்டு காத்திருக்க வேண்டுமா? அடுத்த ஆண்டும் கிடைக்கவில்லை என்றால் இப்படியே பல ஆண்டுகள் போய்க்கொண்டிருக்குமா?'

இது மாணவர்கள் மற்றும் பெற்றோர்களுடைய கேள்வி.

மருத்துவப் படிப்புதான் மாணவர்கள் மற்றும் அவர்களுடைய பெற்றோர்களுடைய கனவு எனில் இந்தியாவில் மருத்துவக் கல்லூரிகளில் இடம் கிடைக்கவில்லை என்றால் கவலைப்படத் தேவையில்லை. நிறைய தரமான மருத்துவப் பல்கலைக்கழகங்கள் வெளிநாடுகளில் உள்ளன.

‘அங்கெல்லாம் சென்று படிக்க பல லட்சங்கள் அல்லது சில கோடிகள் செலவாகுமே. பொருளாதாரத்தில் நடுத்தர வகுப்பைச் சேர்ந்த எங்களால் அவ்வளவு பணம் செலவு செய்ய முடியாது’ என்றெல்லாம் கவலைப்பட அவசியமில்லை. ஒரு தனியார் மருத்துவக் கல்லூரியில் கட்டண இருக்கையில் ஓராண்டு கல்விக் கட்டணத்தைவிட பாதிக்கும் குறைவான செலவில் வெளிநாட்டுப் பல்கலைக்கழகங்களில் மருத்துவப் படிப்பை படித்து முடித்துவிடலாம். ஒரே விஷயம் அக்கல்லூரிகளின் நம்பகத்தன்மையை உறுதி செய்து கொண்டு விண்ணப்பிக்க வேண்டும்.

எந்தெந்த வெளிநாடுகளில் மருத்துவக் கல்லூரிகள் உள்ளன. இந்திய, தமிழக மாணவர்கள் அதிகமாகப் படிக்கும் வெளிநாட்டு கல்லூரிகள். அவற்றில் சேர விதிமுறைகள், கட்டண விவரங்கள், இதர செலவுகள் ஆகியவற்றை விரிவாகப் பார்ப்போம்.

பிரபு பாலா
balamx@gmail.com

பொருளடக்கம்

புத்தகத்தில் பயன்படுத்தப்பட்டுள்ள சுருக்கங்களின் விரிவாக்கம்

NMC – National Medical Council

MCI – Medical Council of India

TOFEL – Test of English as a Foreign Language

IELTS – International English Language Testing System

PTE – The Pearson Test for English

OET – Occupational English Test

FMG – Foreign Medical Graduate

FMGE – Foreign Medical Graduate Examination

NExT – National Exit Test

NEET – National Eligibility cum Entrance Test

DNB – Diplomate of National Board

MS – Master of Surgery

MD – Doctorate of Medicine

CRMI – Compulsory Rotatory Medical Internship

FMGL – Foreign Medical Graduate Licentiate

WDOMS - World Directory of Medical Schools

WHO - World Health Organisation

CRMI - Compulsory Rotating Medical Internship

UGMEB - Under Graduation Medical Education Board

CBME - Competency – based medical education

IMG - Indian Medical Graduate

CAT - Common Admission Test

MCAT - Medical College Admission Test

UCAT - University Clinical Aptitude Test

INI CET - Institute of National Importance Combined Entrance Test

FAIMER - The Foundation of Advancement of International Medical Education and Research

WFME - World Federal for Medical Education

ECFMG - Education Commission for Medical Graduates

1. ஏன் வெளிநாட்டில் மருத்துவம் படிக்க வேண்டும்?

இந்தியாவில் அறுநூற்று எண்பத்தியொரு அரசு மற்றும் தனியார் கல்லூரிகளில் ஓராண்டுக்கு ஒரு லட்சத்து ஐந்தாயிரம் இடங்கள் உள்ளன. அவற்றில் இருநூற்று எழுபத்து இரண்டு அரசு மருத்துவக் கல்லூரிகளில் ஆண்டுக்கு நாற்பத்தெட்டாயிரம் இருக்கைகள் மட்டுமே உள்ளன. ஆனால் ஆண்டுதோறும் இந்திய அளவில் தோராயமாக இருபது லட்சம் மாணவர்கள் மருத்துவ இளங்கலைப் படிப்புக்கான நுழைவுத் தேர்வு நீட் எழுதுகிறார்கள். அவர்களில் பதினொரு லட்சம் மாணவர்கள் தேர்வு பெறுகிறார்கள்.

தமிழகத்தில் ஆண்டுதோறும் தோராயமாக ஒரு லட்சத்து ஐம்பதாயிரம் மாணவர்கள் நீட் தேர்வு எழுதுகிறார்கள். அவர்களில் எழுபதாயிரம் மாணவர்கள் தேர்ச்சி பெறுகிறார்கள். தமிழகத்தில் முப்பத்தெட்டு அரசு மருத்துவக் கல்லூரிகள் இருக்கின்றன. அவற்றில் ஆறாயிரம் இடங்கள் மட்டுமே உள்ளன.

இந்திய அளவில் நானூறு தனியார் மருத்துவக் கல்லூரிகளில் அறுபதாயிரம் இருக்கைகள் உள்ளன. தமிழகத்தில் நிகர்நிலைப் பல்கலைக்கழகங்களுடன் சேர்த்து முப்பத்திரண்டு தனியார் மருத்துவக் கல்லூரிகள் உள்ளன. ஆனால் தனியார் மருத்துவக் கல்லூரிகளில் கட்டணம் ஓர் ஆண்டுக்கு குறைந்தது பத்து லட்சம் முதல் ஐம்பது லட்சம் வரை செலவாகும்.

2023ஆம் ஆண்டு தேசிய மருத்துவக் கமிஷன் மேலும் ஐம்பது மருத்துவக் கல்லூரிகளுக்கு அனுமதியளித்துள்ளது. அவற்றில் முப்பது அரசு மருத்துவக் கல்லூரிகள். இருபது தனியார் மருத்துவக் கல்லூரிகள். அதனால் மேலும் எட்டாயிரம் இருக்கைகள் அதிகரிக்கும். இதில் கவனிக்கப்பட வேண்டியது, இருக்கைகள் அதிகமாகும் போது நீட் கட்டாப் மதிப்பெண்களும் உயரும்

இந்தியாவில் அரசு மருத்துவக் கல்லூரிகளில் குறைந்த எண்ணிக்கையிலான இடங்கள், மிகக் கடுமையான போட்டி மற்றும் தனியார் பல்கலைக்கழகங்களில் அதிகமான கல்விக் கட்டணம் போன்ற காரணங்களால் ஏராளமான மாணவர்கள் இந்தியாவில் எம்பிபிஎஸ் படிக்கும் தங்களுடைய கனவை நினைவாக்க முடியவில்லை. குறைவான கல்விக் கட்டணம், கல்வித் தரம், எல்லாவற்றிற்கும் மேலாக, இந்தியாவில் உள்ள அரசு மருத்துவக் கல்லூரிகளுடன் ஒப்பிடும்போது அதிக எண்ணிக்கையிலான இடங்களை வழங்குவதன் மூலம் சர்வதேசப் பல்கலைக்கழகங்கள் இந்திய மாணவர்களைத் தங்கள் பக்கம் திருப்பிக் கொண்டிருக்கின்றன. ஒவ்வொரு வருடமும் இருபத்தைந்தாயிரம் முதல் முப்பதாயிரம் இந்திய மாணவர்கள் மருத்துவ இளங்கலை படிக்க வெளிநாடுகள் செல்கிறார்கள்.

சில மாணவர்கள் ஏதாவது ஒரு உந்துதலால் தூண்டப்பட்டு மருத்துவராக வேண்டும் என்ற லட்சியத்தோடு அதைத் தொடர்கிறார்கள். பல மாணவர்கள் பன்னிரண்டாம் வகுப்பில் தேர்ச்சி பெற்ற பிறகு, அடுத்தது என்ன என்று யோசிக்கிறார்கள். நீங்கள் ஓர் அறிவியல் மாணவராக இருந்தால், மருத்துவ அறிவியலைத் தேர்ந்தெடுப்பது உங்கள் சிறந்த எதிர்கால வாழ்க்கைக்கான தேர்வாகும். ஒரு கேள்வி எழும் ஏன் 'மருத்துவப் படிப்பு?' மருத்துவ அறிவியல் என்பது மனித உயிரியல் மற்றும் ஆய்வு வடிவமைப்பு, புள்ளியியல் மற்றும் ஆய்வக முறைகள் போன்ற தொடர்புடைய ஆராய்ச்சித் திறன்கள் பற்றிய ஆழமான அறிவுக்கு வழிவகுக்கும் மனித ஆரோக்கியம் தொடர்பான களங்களின் கலவையை உள்ளடக்கிய ஒரு கல்விப் பட்டம் ஆகும்.

இந்தியாவில் அரசு மருத்துவக் கல்லூரிகளில் இடம் கிடைக்கவில்லை என்றால் மேலும் மேலும் நீட் தேர்வு எழுதி காலத்தை வீணாக்கிக் கொண்டிருக்காமல் வெளிநாட்டில்

மருத்துவம் படிப்பது ஒரு சிறந்த தேர்வாகும். வெளிநாட்டில் மருத்துவம் படிப்பதில் பல நன்மைகள் உள்ளன, இந்தியாவில் மருத்துவப் பட்டம் வழங்கும் பல்கலைக்கழகங்கள் ஏராளமாக இருந்தாலும், வெளிநாட்டுப் பல்கலைக்கழகத்தில் படித்தால் வாய்ப்புகள் அதிகமாகக் கிடைக்கும். சிறந்த மொழித்திறனைப் பெறுவதற்கும் புதியவர்களைச் சந்திப்பதற்கும் வழி வகுக்கும்.

இந்தியாவைப் போலவே, வெளிநாடுகளில் உள்ள பல்கலைக்கழகங்கள்/நிறுவனங்கள் மாணவர்களுக்கு நவீன வசதிகளுடன் கூடிய முழுமையான கல்வி வழங்குகின்றன. உலகின் சிறந்த தரவரிசைப் பல்கலைக்கழகங்களில் படிக்கும் வாய்ப்பும், நோபல் பரிசு பெற்றவர்களின் கீழ் பணிபுரியும் வாய்ப்பும் கிடைக்கும். பல்கலைக்கழகங்கள் உலகத்தரம் வாய்ந்த ஆசிரியர்களைப் பெருமைப்படுத்துவது மட்டுமல்லாமல், உலகளவில் மருத்துவத் துறையில் ஓர் அடையாளத்தை உருவாக்க மாணவர்களுக்கு சர்வதேச அளவில் அங்கீகரிக்கப்பட்ட பட்டங்களையும் வழங்குகின்றன. வெளிநாட்டில் உள்ள பல்கலைக்கழகங்கள் மற்றும் கல்லூரிகள் மாணவர்களுக்கு பாதுகாப்பையும் வழங்குகின்றன, எனவே மாணவர்கள் அவர்களுடைய வீட்டில் இருப்பதைப் போலவே வெளிநாட்டில் உணர முடிகிறது. வெளிநாட்டில் மருத்துவம் படித்த மாணவர்கள் மருத்துவத் துறையில் அதிநவீன தொழில்நுட்பங்களைக் கற்கவும் அவற்றில் பணிபுரியும் வாய்ப்புகளையும் பெறுகிறார்கள்.

2. தேசிய மருத்துவ ஆணையம்

(National Medical Commission)

மருத்துவம் பயில விரும்பும் மாணவர்கள் தேசிய மருத்துவ ஆணையத்தைப் பற்றி முழுமையாகத் தெரிந்து கொள்வது அவசியம். காரணம் மருத்துவ மேற்படிப்பு முடிக்கும் வரை மாணவர்களுக்கு தேசிய மருத்துவ ஆணையத்துடன் தொடர்பு உள்ளது.

தேசிய மருத்துவ ஆணையம் என்பது இந்தியாவில் உள்ள ஒரு ஒழுங்குமுறை அமைப்பாகும், இது இந்திய மருத்துவ கவுன்சிலுக்கு (MCI) பதிலாக 2019ஆம் ஆண்டு நிறுவப்பட்டது. இவ்வாணையம் தேசிய மருத்துவ ஆணையச் சட்டம், 2019ன் கீழ் செயல்படுகிறது, மேலும் நாட்டில் மருத்துவக் கல்வி மற்றும் மருத்துவத் தரநிலைகளை அமைப்பதற்குப் பொறுப்பேற்றுக் கொண்டிருக்கிறது. தரமான மருத்துவக் கல்வியை ஊக்குவிப்பது, மருத்துவ நிபுணர்களிடையே நெறிமுறை மற்றும் தொழில்முறை நடத்தையை உறுதி செய்வது மற்றும் நோயாளிகளின் நலன்களைப் பாதுகாப்பதை தேசிய மருத்துவ ஆணையம் நோக்கமாகக் கொண்டுள்ளது.

தேசிய மருத்துவ ஆணையத்தின் முதன்மைச் செயல்பாடுகள்:

- மருத்துவ நிறுவனங்கள் மற்றும் கல்லூரிகளை அங்கீகரித்து அங்கீகாரம் வழங்குவதற்கான தரநிலைகள் மற்றும் வழிகாட்டுதல்களை அமைத்தல்.

- இளங்கலை சேர்க்கைக்கான நீட், முதுகலை சேர்க்கை மற்றும் மருத்துவ உரிமத்திற்கான பரிசீலனை போன்ற தேர்வுகளுக்கு ஏற்பாடு செய்தல்.
- தகுதி வாய்ந்த மருத்துவர்களுக்கு உரிமம் வழங்குதல், அவர்களுக்குத் தேவையான தரநிலைகளை பூர்த்தி செய்வதை உறுதி செய்தல்.
- மருத்துவக் கல்லூரிகள் மற்றும் நிறுவனங்களின் செயல்பாட்டை ஒழுங்குபடுத்துதல் மற்றும் மேற்பார்வை செய்தல்.
- சுகாதார நிபுணர்களுக்கு தொடர்ந்து கல்வியின் முக்கியத்துவத்தை வலியுறுத்துகிறது.
- நோயாளியின் உரிமைகளைப் பாதுகாப்பதற்கும் பாதுகாப்பான சுகாதார நடைமுறைகளை உறுதி செய்வதற்கும் வழிகாட்டுதல்களை நிறுவுதல்.

வெளிநாட்டில் மருத்துவப் படிப்பு படித்த/படித்துக் கொண்டிருக்கும்/ படிக்கச் செல்லும் மாணவர்களுக்கு தேசிய மருத்துவ ஆணையம் வழிகாட்டுதல்களின் கண்ணோட்டம்:

நவம்பர் 18, 2021 அன்று வெளிநாட்டில் எம்பிபிஎஸ் படிக்க விரும்பும் மாணவர்களுக்காக இந்திய தேசிய மருத்துவ ஆணையம் தனது அரசிதழை வெளியிட்டது. வெளிநாட்டில் எம்பிபிஎஸ் படிக்க முடிவெடுப்பதற்கு முன் மாணவர்கள் பின்பற்ற வேண்டிய எட்டு முக்கிய வழிகாட்டுதல்களை அரசிதழில் குறிப்பிடப்பட்டுள்ளது.

இந்தியாவில் பயிற்சி பெற நிரந்தரப் பதிவு அல்லது செல்லுபடியாகும் மருத்துவ உரிமம் பெற விரும்பும் வெளிநாட்டு மருத்துவப் பட்டதாரிகள் அரசிதழில் குறிப்பிடப்பட்டுள்ள விதிமுறைகளைக் கடைப்பிடிக்க வேண்டும்.

1. வெளிநாட்டில் உள்ள பல மருத்துவப் பல்கலைக்கழகங்கள் இருமொழி பாடத்திட்டத்தை வழங்குகின்றன, இதில் ஆங்கிலம் மற்றும் அந்நாட்டின் உள்ளூர் மொழி ஆகிய இரண்டிலும் கற்பிக்கப்படும் பாடங்கள் அடங்கும். மாணவர்கள் தங்கள் அனைத்துப் பாடங்களையும் ஆங்கிலத்தில் மட்டுமே படித்திருக்க வேண்டும்.

2. வெளிநாட்டில் தேர்ந்தெடுக்கப்பட்ட பல்கலைக்கழகத்தில் எம்பிபிஎஸ் பட்டப்படிப்பைத் தொடர, மொத்தப் படிப்பு காலம் குறைந்தபட்சம் ஐம்பத்தி நான்கு மாதங்கள் இருக்க வேண்டும். இதில் பல்வேறு மருத்துவத் துறைகளில் கோட்பாடு மற்றும் நடைமுறை பயிற்சியும் அடங்கும். கூடுதலாக, கல்வித் திட்டத்தை முடித்த பிறகு, மாணவர்கள் அதே வெளிநாட்டு மருத்துவ நிறுவனத்தில் குறைந்தபட்சம் பன்னிரண்டு மாதங்கள் கட்டாய இன்டர்ன்ஷிப் மேற்கொள்ள வேண்டும்.

3. சமூக மருத்துவம், பொது மருத்துவம், மனநலம், குழந்தை மருத்துவம், பொது அறுவை சிகிச்சை, மயக்க மருந்து, மகப்பேறியல் மற்றும் மகப்பேறு மருத்துவம், எலும்பியல், ஓடோரினோலரிஞ்ஜாலஜி, கண் மருத்துவம், டெர்மட்டாலஜி, அவசர சேவைகள், பொது மருத்துவம், மனநல மருத்துவம், குழந்தை மருத்துவம், பொது அறுவை சிகிச்சை, மயக்க மருந்து, குழந்தை மருத்துவம், மகப்பேறு மருத்துவம் உள்ளிட்ட கட்டாய பாடங்களை மாணவர்கள் படித்திருக்க வேண்டும்.

4. இந்தியாவில் எம்பிபிஎஸ்ஸுக்குச் சமமான பட்டப்படிப்பு வெளிநாட்டில் படித்த மாணவர்கள், அதே மருத்துவமனையில் பன்னிரண்டு மாத பயிற்சி உட்பட விரிவான தத்துவார்த்த, நடைமுறை மற்றும் மருத்துவப் பயிற்சியை முடிக்க வேண்டும்.

5. புதிய ஒழுங்குமுறையின்படி, எம்பிபிஎஸ் பாடத்திட்டத்தின் முழுமையும், அதன் பயிற்சியும், ஒரே மருத்துவப் பல்கலைக்கழகத்தில் மேற்கொள்ளப்பட வேண்டும், கல்லூரிகளை மாற்றுவது அல்லது பட்டப்படிப்பின் சில பகுதிகளை இந்தியாவிலோ அல்லது வெளிநாட்டிலோ முடித்திருக்கக் கூடாது.

6. வெளிநாட்டில் மருத்துவப் பட்டம் பெற்ற மாணவர்கள், அவர்கள் பல்கலைக்கழகத்தில் சேரும் தேதியில் இருந்து, அதிகபட்சமாக பத்து ஆண்டுகளுக்குள் தங்கள் எம்பிபிஎஸ் படிப்பை முடிக்க வேண்டும்.

7. வெளிநாட்டில் எம்பிபிஎஸ் பட்டப்படிப்பைத் தொடரும் இந்திய மாணவர்கள், அந்தந்த நாட்டின் உள்ளூர் ஒழுங்குமுறை அமைப்புகளில் தங்கள் பதிவை உறுதிசெய்து,

அந்தக் குறிப்பிட்ட அதிகார வரம்பில் மருத்துவப் பயிற்சி செய்வதற்கான தகுதியை உத்தரவாதம் செய்வது மிகவும் முக்கியமானது. இந்தப் பதிவுத் தேவை, படிக்கும் நாட்டில் உள்ள மருத்துவ நிபுணர்களுக்கான தரநிலைகளுடன் இணக்கத்தன்மையை உறுதி செய்கிறது.

8. மே 2018க்குப் பிறகு வெளிநாட்டில் மருத்துவக் கல்வியைத் தொடர்ந்த அனைத்து வெளிநாட்டு மருத்துவப் பட்டதாரிகளும் தங்கள் மருத்துவப் பட்டங்களைச் சரிபார்க்க தேசிய தகுதி மற்றும் நுழைவுத் தேர்வு நீட் தேர்ச்சி பெற வேண்டும். இந்த ஆணையை அமல்படுத்தியதன் மூலம், நீட் தகுதி இல்லாமல் மே - 2018க்குப் பிறகு வெளிநாட்டுப் பட்டதாரிகள் பெற்ற மருத்துவப் பட்டங்கள் செல்லாததாகக் கருதப்படும்.

தேசிய மருத்துவ ஆணைய விதிமுறையில் கூறப்பட்டுள்ள எம்பிபிஎஸ் படிப்புக்கான புதிய வழிகாட்டுதல்கள் நடைமுறைப்படுத்தப்பட்ட பின்னர் வெளிநாட்டு மருத்துவப் பல்கலைக்கழகங்களில் சேர்பவர்களுக்கு மட்டுமே பொருந்தும்.

இந்த விதிமுறைகள் நடைமுறைக்கு வருவதற்கு முன்பு வெளிநாட்டு மருத்துவப் பட்டம் அல்லது முதன்மைத் தகுதியைப் பெற்றுள்ள வெளிநாட்டு மருத்துவப் பட்டதாரிகள் மற்றும் வெளிநாட்டுப் பல்கலைக்கழகங்களில் தங்கள் கல்வியைத் தொடரும் மாணவர்களுக்கு, நடைமுறையிலிருந்த முந்தைய விதிமுறைகள் பொருந்தும்."

3. ரஷ்யா

அதிகமான இந்திய மாணவர்கள் மருத்துவப் படிப்பு படிக்கும் நாடு ரஷ்யா. தரமான கல்வியும் குறைந்த கட்டணமும் முக்கியக் காரணங்கள். அரசியல் பிரச்சனைகள் மற்றும் வெளிநாட்டு சூழ்ச்சிகள் இருந்தாலும் தரமான மருத்துவப் படிப்புக்கு உலகளவில் அங்கீகாரம் பெற்றுள்ளது ரஷ்யா.

சர்வதேசத் தரநிலைகள், உலகத்தரம் வாய்ந்த உள்கட்டமைப்புகள் மற்றும் இந்தியாவில் உள்ள தேசிய மருத்துவ ஆணையம், உலக சுகாதார அமைப்பு (*WHO*) மற்றும் யுனெஸ்கோ ஆகியவற்றின் அடிப்படையிலான மருத்துவப் பாடத்திட்டம் ரஷ்யாவிற்கு பல்வேறு நாடுகளில் உள்ள மற்ற மருத்துவப் பல்கலைக்கழகங்களை விட கூடுதல் முன்னிலை அளிக்கிறது. இந்திய மாணவர்களிடையே வெளிநாட்டில் மருத்துவப் படிப்புக்கு ரஷ்யா முதன்மைத் தேர்வாகும்.

ரஷ்யா மற்றும் பழைய சோவியத் சோஷலிச குடியரசு ஒன்றிய நாடுகளில் மருத்துவப் படிப்புகளின் கால அளவு பயிற்சிக் காலத்துடன் சேர்த்து ஏழு ஆண்டுகள். மேலும் ரஷ்யப் மருத்துவப் பல்கலைக்கழகங்களுக்கு மாணவர்கள் நேரடியாக விண்ணப்பிக்க முடியாது. அப்பல்கலைக்கழகங்களால் அங்கீகரிக்கப்பட்ட முகவர்கள் மூலமே விண்ணப்பிக்க வேண்டும்.

புகழ்பெற்ற பல்கலைக்கழகங்களில் குறைந்த செலவில் தரமான மருத்துவக் கல்வி, எளிதான பயண மற்றும் விசா நடைமுறைகள், எதிர்காலத்தில் உலக அளவில் நல்ல வாய்ப்புகளைப் பெறலாம். ரஷ்யாவால் வழங்கப்படும் மருத்துவப் படிப்புகளின் குறைந்த கல்விக் கட்டணத்தைத் தவிர, இளங்கலை மருத்துவக் கல்வி மானியங்கள் அதிகம் கிடைக்கின்றன. இது மட்டுமின்றி தங்குமிடம் உணவு போன்ற இதர செலவுகளும் இங்கு மிகக் குறைவு. வெளிநாட்டில் எம்பிபிஎஸ் படிக்க ரஷ்யாவைத் தேர்ந்தெடுக்க இந்தக் காரணங்கள் அமைகின்றன. மேலும், ரஷ்யாவின் மருத்துவப் பட்டம் உலக அளவில் பெரும் மதிப்பைக் கொண்டுள்ளது.

ரஷ்யாவில் நூற்றைம்பதுக்கும் மேற்பட்ட சர்வதேச விமான நிலையங்கள் உள்ளன.

முதன்மை விமான நிலையம்: செயின்ட் பீட்டர்ஸ்பர்கில் அமைந்துள்ள புல்கோவோ சர்வதேச விமான நிலையம். *(Pulkovo International Airport)* மற்றும் மாஸ்க்கோவில் அமைந்துள்ள ஷெரேமெட்யோவோ சர்வதேச விமான நிலையம் *(Sheremetyevo International Airport).*

விமானப் பயணக் கட்டணம்: ரூபாய் முப்பதாயிரம் முதல் ரூபாய் ஒரு லட்சம் வரை.

அடிப்படைத் தகுதிகள்:

- பன்னிரண்டாம் வகுப்பில் இயற்பியல், வேதியல், கணிதம், உயிரியல் மற்றும் ஆங்கிலப் பாடங்கள் தேர்ந்தெடுத்து ஐம்பது சதவிகித மதிப்பெண்கள் எடுத்திருக்க வேண்டும்.
- நீட் தேர்வில் தேற்சி பெற்றிருக்க வேண்டும்.
- விண்ணப்பிக்கும் ஆண்டின் டிசம்பர் 31ஆம் தேதி பதினாறு வயது பூர்த்தியாகியிருக்க வேண்டும்.

பயிற்றுவிக்கும் மொழி: ஆங்கிலம்.

ரஷ்ய மருத்துவப் பல்கலைக்கழகங்கள் அங்கீகாரம் பெற்றவை: *WHO, NMC* மற்றும் *WDOMS.*

பல்கலைக்கழகம்/கல்லூரி வகைகள்: அரசு மற்றும் தனியார்.

படிப்புக் காலம்: பயிற்சியுடன் சேர்த்து ஏழு ஆண்டுகள்.

கல்விக் கட்டணம்: ஆண்டுக்கு ரூபாய் மூன்று லட்சம் முதல் அதிகபட்சம் ரூபாய் எட்டு லட்சம் வரை.

உணவு மற்றும் தங்குமிடச் செலவுகள்: ஆண்டுக்கு அதிகபட்சம் இரண்டு லட்சத்தி ஐம்பதாயிரம்.

இந்திய எம்பிபிஎஸ் பட்டப்படிப்பு ரஷ்யாவில் எம்டி.

ரஷ்யாவில் எழுபதுக்கும் மேற்பட்ட மருத்துவப் பல்கலைக்கழகங்கள் உள்ளன. முக்கியமான மருத்துவப் பல்கலைக்கழகங்கள்

- Kazan State Medical University http://kazangmu.ru
- Lomonosov Moscow State University http://www.msu.ru
- Perm State Medical University https://www.psma.ru
- Bashkir State University http://bashgmu.ru
- Altai State Medical University http://asmu.ru
- Orenburg State Medical University http://en.orgma.ru
- Ulyanovsk State Medical University http://www.ulsu.ru

ரஷ்ய நாட்டின் மீது விதிக்கப்பட்ட பொருளாதாரத் தடைகள், பணப் பரிவர்த்தனைகளின் வழியை சமீபத்தில் பாதித்திருந்தாலும், பணப் பரிவர்த்தனை செய்வதற்கான பிற சட்டப்பூர்வ வழிமுறைகளும் இருப்பதால் இது பெரிய பிரச்சனையாக இல்லை. ரஷ்யாவில் மருத்துவப் படிப்பு பயிற்சிக் காலத்துடன் சேர்த்து ஏழு ஆண்டுகள். ரஷ்யா மற்றும் பழைய ஒருங்கிணைக்கப்பட்ட ரஷ்ய நாடுகளில் மருத்துவம் படிக்க நேரடியாக விண்ணப்பிக்க முடியாது. பல்கலைக்கழகங்கள் அதிகாரப்பூர்வமாக நியமித்திருக்கும் முகவர்கள் மூலமே விண்ணப்பிக்க வேண்டும். அதனால் சரியான முகவர்களைத் தேர்ந்தெடுக்க அந்நாட்டில் படித்துக் கொண்டிருக்கும் மாணவர்களை தொடர்பு கொண்டு உறுதி செய்துகொள்ளுங்கள்.

4. சீனா

சீனாவைப் பற்றி நிறைய எதிர்மறை விமர்சனங்கள் மற்றும் செய்திகள் வந்து கொண்டிருந்தாலும் உலகளவில் பொருளாதாரத்தில் பலமான நாடு. சக்திவாய்ந்த நாடுகளில் இரண்டாம் இடத்தில் இருக்கிறது.

மருத்துவப் பல்கலைக்கழகம் மற்றும் கல்லூரிகளுக்கு சீனா உலகளவில் பெயர் பெற்றது. வெளிநாட்டில் எம்பிபிஸ் படிக்க மாணவர்களின் விருப்பத் தேர்வுகளில் சீனாவும் முக்கிய இடத்தில் உள்ளது. அதற்கு காரணங்கள் குறைந்த கட்டணம் மற்றும் சிறந்த கல்விமுறை.

அதிகமான இந்திய மாணவர்கள் சீனாவில் இளங்கலை பயில சீனாவில் உள்ள நாற்பத்தைந்து மருத்துவக் கல்லூரிகளை தேசிய மருத்துவ ஆணையம் பரிந்துரைக்கிறது. ஓர் ஆண்டில் பத்தாயிரத்திற்கு மேற்பட்ட இந்திய மாணவர்கள் சீனாவில் மருத்துவ இளங்கலை படிக்கச் சேர்கிறார்கள்.

அதிக மாணவர்கள் மருத்துவம் படிக்க சீனாவைத் தேர்ந்தெடுக்கக் காரணங்கள்:

இந்திய மாணவர்கள் அதிகமாக மருத்துவம் பயில்கிறார்கள். மருத்துவத் துறையில் முன்னேறிய நாடுகளில் ஒன்று என்பதால் புதிய தொழில்நுட்பங்களை பயன்படுத்தும் வாய்ப்பு. உலகளவில் தரவரிசையில் முன்னணியில் உள்ள மருத்துவக் கல்லூரிகள்.

எளிமையான சேர்க்கை விதிமுறைகள். சீன மருத்துவக் கல்லூரிகளில் தனியாக நுழைவுத் தேர்வு கிடையாது. குறைந்த கட்டணம். மற்ற நாடுகளை ஒப்பிடும் போது சீனாவில் அன்றாட இதர செலவுகள் குறைவு.

சீனப் பல்கலைக்கழகங்கள் தகுதியான மாணவர்களுக்கு உதவித்தொகை வழங்குகின்றன. மேலும், சீனா ஒரு பாதுகாப்பான நாடு. கல்லூரிகளில் அவசரகால கிளினிக்குகள் உள்ளன, அவை மருத்துவ திறந்தநிலைப் பயிற்சிகளுக்கு ஏராளமான வாய்ப்புகளை வழங்குகின்றன. கூடுதலாக, விசா முறைகள் எளிமையானவை.

சீனா செல்லப் பயண நேரம் நான்கரை மணி நேரம் மட்டுமே. இந்தியாவிற்கு அருகில் இருப்பதால், பெற்றோர்கள் தங்களுடைய பிள்ளைகளைப் பார்க்க குறைந்த செலவில் சீனா சென்றுவிடலாம். வருடத்தில் இரண்டு முறை சீனா கல்லூரிகளில் மாணவர்கள் சேர்க்கை நடைபெறுகிறது. ஒன்று மார்ச் மாதத்தில் மற்றொன்று செப்டம்பரில். யுஎஸ்எம்எல்இ மற்றும் எம்சிஐ சோதனைகளுக்கான பயிற்சி அடிப்படையில் வழங்கப்படுகிறது.

சீனாவில் இருநூறுக்கும் மேற்பட்ட சர்வதேச விமான நிலையங்கள் உள்ளன.

முக்கிய விமான நிலையம்: பீஜிங் கேபிடல் சர்வதேச விமான நிலையம்.

விமானப் பயணக் கட்டணம்: ரூபாய் அறுபதாயிரம் முதல் ரூபாய் ஒரு லட்சம் வரை.

அடிப்படைத் தகுதிகள்:

- பன்னிரண்டாம் வகுப்பில் இயற்பியல், வேதியல் மற்றும் உயிரியல் பாடங்கள் தேர்ந்தெடுத்து 65 முதல் 70% சதவிகித மதிப்பெண்கள் பெற்றிருக்க வேண்டும்.
- நீட் தேர்வில் எழுபது சதவிகித மதிப்பெண்கள் பெற்றுத் தேர்ச்சி பெற்றிருக்க வேண்டும்.
- ஆங்கிலம் பேச மற்றும் எழுதத் தெரிந்திருக்க வேண்டும். ஆனால் *IELTS* போன்ற மொழிப் புலமைத் தேர்வு மதிப்பெண்கள் அவசியமில்லை.

- *சீன அதிகாரப் பூர்வ மொழிப் புலமைத் தேர்வு HSK (Hanyu Shuiping Kaoshi) தேர்ச்சி பெற்றிருக்க வேண்டும் என்ற விதிமுறை சில சீனக் கல்லூரிகளில் இருக்கிறது.*
- *விண்ணப்பிக்கும் ஆண்டின் டிசம்பர் 31ஆம் தேதி பதினாறு வயது பூர்த்தியாகியிருக்க வேண்டும்.*

பயிற்றுவிக்கும் மொழி: *ஆங்கிலம்.*

சீன மருத்துவப் பல்கலைக்கழகங்கள் அங்கீகாரம் பெற்றவை: WHO, NMC மற்றும் WDOMS.

படிப்புக் காலம்: *ஐந்து ஆண்டுகள் மற்றும் ஒரு வருடப் பயிற்சியுடன் ஆறு ஆண்டுகள்.*

கல்விக் கட்டணம்: *ஆண்டுக்கு ரூபாய் இருபத்தைந்து லட்சம் முதல் ரூபாய் ஐம்பது லட்சம் வரை பல்கலைக்கழகம் மற்றும் கல்லூரிகளுக்கு ஏற்ப மாறுபடும்.*

உணவு மற்றும் தங்குமிடச் செலவுகள்: ஆண்டுக்கு ரூபாய் நான்கு லட்சம் முதல் ரூபாய் பத்து லட்சம் வரை நகரத்திற்கேற்ப மாறுபடும்.

மற்ற நாடுகளில் மக்கள் அதிகம் பயன்படுத்தும் வாட்ஸாப், பேஸ்புக், இன்ஸ்டாகிராம் போன்ற சமூகத்தளங்களை சீன அரசு தடை செய்துள்ளது. ஆனால் அங்கே படிக்கும் பிற நாடுகளைச் சேர்ந்த மாணவர்கள் VPN என்று சொல்லப்படும் மெய்நிகர் தனியார் வலைப்பின்னல் மூலம் இச்சமூகத்தளங்களை உபயோகிக்கிறார்கள்.

தரத்தின் அடிப்படையில் சீனாவிலிருக்கும் முதல் பத்து மருத்துவக் கல்லூரிகள்:

- China Three Gorges University https://eng.ctgu.edu.cn
- Anhui Medical University https://english.ahmu.edu.cn
- Xuzhou Medical College https://gjjyen.xzhmu.edu.cn
- Kumming Medical University https://www.kmmc.cn
- Dalian Medical University https://english.dmu.edu.cn
- Fujian Medical University https://oec.fjmu.edu.cn
- Guangzhou medical University https://en.gzhmu.edu.cn

- Guangxi Medical University https://kq.gxmu.edu.cn
- Hebei Medical University https://en.hebmu.cn
- Harbin Medical University https://hrbmu.edu.cn

2020ஆம் ஆண்டு ஜனவரி மாதம் கொரோனா தொற்றுக் காலத்திலிருந்து கடந்த இரண்டு ஆண்டுகளாக சீனா இந்திய மாணவர்களைத் திரும்ப அழைக்கவில்லை. இந்திய அரசு தொடர்ந்து அழுத்தம் கொடுத்ததால் மீண்டும் சீனா செல்ல விரும்பிய மாணவர்களுக்கு மட்டும் விசா அனுமதி வழங்கியது. மற்றவர்களுக்கு ஆன்லைன் மூலம் வகுப்புகள் நடந்தன.

2023ஆம் ஆண்டு ஜனவரி மாதம் முதல் மீண்டும் சீனப் பல்கலைக்கழகங்களில் மருத்துவம் பயிலும், பயில விரும்பும் உலகநாடுகளில் உள்ள மாணவர்களுக்கு அனுமதியளித்துள்ளது.

5. உக்ரைன்

வெளிநாட்டு மாணவர்களுக்கு, முக்கியமாக இந்திய மாணவர்களுக்கு ஐரோப்பிய நாட்டில் மருத்துவம் படிக்க முதன்மைத் தேர்வாக இருக்கும் நாடு உக்ரைன். ஐந்தாண்டு கல்லூரிப் படிப்பு மற்றும் கல்லூரியுடன் இணைந்த மருத்துவமனையில் ஓராண்டுப் பயிற்சி என இந்நாட்டில் மருத்துவப் படிப்புக் காலம் மொத்தம் ஆறாண்டுகள்.

கிழக்கு ஐரோப்பாவில் வடமேற்குப் பகுதியில் கருங்கடலின் முடிவுப் பகுதியில் அமைந்துள்ளது உக்ரைன். ரஷ்யா உக்ரைனின் கிழக்குப் பகுதியில் இருக்கிறது. உள்நாட்டு மொழியான உக்ரைனியன் மற்றும் ரஷ்ய மொழி அதிகம் பேசப்படும் நாடு. உலகம் முழுவதிலும் இருந்து நூற்று நாற்பத்தேழு நாடுகளிலிருந்து அறுபத்தைந்தாயிரம் மாணவர்கள் உக்ரைனில் மருத்துவம் படிக்கிறார்கள். இதற்கு இரண்டு முக்கியக் காரணங்கள். ஒன்று நியாயமான கட்டணம். மற்றொன்று உணவு, தங்குமிடம் போன்ற இதர செலவுகளும் குறைவு.

இருபதாயிரம் இந்திய மாணவர்கள் உக்ரைனில் மருத்துவம் படிக்கிறார்கள். அவர்களில் மூவாயிரம் மாணவர்கள் தமிழகத்தைச் சேர்ந்தவர்கள். அதிகமான தமிழக மாணவர்கள் மருத்துவம் பயிலும் நாடுகளில் உக்ரைனும் ஒன்று.

மருத்துவம் படிக்க உக்ரைன் நாட்டைத் தேர்ந்தெடுக்கக் காரணங்கள்:

மருத்துவப் படிப்பில் உக்ரைன் நூறு சதவிகிதம் தேர்ச்சி கொடுக்கிறது. காரணம் தரமான மற்றும் எளிமையான கல்வி முறை. மற்ற நாடுகளில் மருத்துவப் படிப்பை ஒப்பிடும் போது உக்ரைனில் கல்வி மற்றும் இதரச் செலவுகள் இந்திய ரூபாய் மதிப்பில் நியாயமானவை. சில பல்கலைக்கழகங்கள் இருநூறு ஆண்டுகள் பழமையானவை. இது அந்நாட்டின் பண்டைய நாகரிகத்தை பிரதிபலித்து நம்பிக்கையூட்டுகிறது.

உக்ரைன் குறைந்த குற்ற சதவிகிதம் கொண்ட பாதுகாப்பான நாடு. அதனால் பெற்றோர்கள் தங்கள் குழந்தைகளை, குறிப்பாக பெண் குழந்தைகளை வெளிநாட்டில் மருத்துவம் படிக்க அனுப்பும் விருப்பப் பட்டியலில் முதன்மையானது.

உக்ரைனில் பத்தொன்பது சர்வதேச விமான நிலையங்கள் உள்ளன. இந்தியாவிலிருந்து உக்ரைன் பயண நேரம் தோராயமாக ஏழு மணி நேரங்கள்.

விமான பயணக் கட்டணம்: *ஐம்பத்து ஐந்தாயிரம் முதல் ஒரு லட்சம் வரை.*

முக்கிய விமானநிலையம்: *கியிவ் (Kyiv)*

அடிப்படைத் தகுதிகள்:

- *பன்னிரண்டாம் வகுப்பில் இயற்பியல், வேதியல் மற்றும் உயிரியல் பாடங்கள் தேர்ந்தெடுத்து 50% சதவிகித மதிப்பெண்கள் பெற்றிருக்க வேண்டும்.*
- *நீட் தேர்வில் குறைந்தது 60% பெற்றிருக்க வேண்டும்.*
- *ஆங்கிலம் பேச மற்றும் எழுதத் தெரிந்திருக்க வேண்டும். ஆனால் IELTS போன்ற மொழிப் புலமைத் தேர்வு மதிப்பெண்கள் அவசியமில்லை.*
- *விண்ணப்பிக்கும் ஆண்டின் டிசம்பர் 31ஆம் தேதி பதினாறு வயது பூர்த்தியாகியிருக்க வேண்டும்.*

பயிற்றுவிக்கும் மொழி: *ஆங்கிலம்.*

உக்ரைன் மருத்துவப் பல்கலைக்கழகங்கள் அங்கீகாரம் பெற்றவை: *NMC* மற்றும் *WHO.*

- **படிப்புக் காலம்:** ஐந்து ஆண்டுகள் மற்றும் ஒரு வருடப் பயிற்சியுடன் ஆறு ஆண்டுகள்.
- **கல்விக் கட்டணம்:** மொத்தப் படிப்புக்கும் ரூபாய் இருபத்தைந்து லட்சம் முதல் நாற்பது லட்சம் வரை பல்கலைக்கழகம் மற்றும் கல்லுரிகளுக்கு ஏற்ப மாறுபடும்.

இணையவழி ஆன்லைன் நேர்காணல் உண்டு.

உக்ரைனில் மருத்துவப் படிப்பின் பெயர்: *BMBS (Bachelor of Medicine and Bachelor of Surgery).*

பதினாரு மருத்துவப் பல்கலைக்கழகங்கள் உக்ரைனில் உள்ளன.

உக்ரைனில் சிறந்த பல்கலைக்கழகங்கள்:

- Bukovinion State Medical University https://www.bsmu.edu.ua
- Lviv National Medical University https://new.meduni.lviv.ua
- Ivano-Frankivsk National Medical University https://www.ifnmu.edu.ua
- Kharkiv National University https://knmu.edu.ua
- Ternopil State Medical University https://www.tdmu.edu.ua
- Uzhhorod National Univesity https://www.uzhnu.edu.ua
- Zaporozhzhia State Medical and Pharmaceutical University https://int.mphu.edu.ua

மற்றும்

- Bogomolets National Medical University

இரண்டாண்டுகள் முன்பு வரை வெளிநாட்டு மருத்துவப் படிப்பு முகவர்களின் விருப்பத் தேர்வாக இருந்தது உக்ரைன். ரஷ்யா - உக்ரைன் போர் அதைக் கலைத்துவிட்டது. மேலும் புதிய வழிகாட்டுதல் மாணவர்களை ஒரு பல்கலைக்கழகத்திலிருந்து இன்னொரு பல்கலைக்கழகத்திற்கு மாற்றுவதை அனுமதிக்கவில்லை. ரஷ்யா - உக்ரைன் போர் முடிவுக்கு வந்த பிறகே உக்ரைனில் பல்கலைக்கழகங்கள் இயங்கும் என்று எதிர்பார்க்கப்படுகிறது. மாணவர்களும் பயமில்லாமல் வரத்தொடங்குவார்கள்.

6. ஜார்ஜியா

வெளிநாட்டில் எம்பிபிஎஸ் படிக்க தமிழக மாணவர்கள் அதிகம் தேர்ந்தெடுக்கும் நாடுகளில் ஜார்ஜியாவும் ஒன்று. அதற்கு முக்கியக் காரணங்கள் பொருளாதாரத்தில் நடுத்தர வகுப்பைச் சேர்ந்தவர்களுக்கு ஏற்ற குறைந்த கல்விக் கட்டணம். அனைத்துப் பல்கலைக்கழகங்களிலும் ஆங்கில வழிக் கல்வி. ஜாஜியாவில் தமிழக மாணவர்கள் அதிகம் இருப்பதால் ஒரு பாதுகாப்பு உணர்வு.

முந்தைய சோவியத் குடியரசு நாடுகளில் ஒன்றான ஜார்ஜியா ரஷ்யா மற்றும் ஐரோப்பா கண்டத்தின் எல்லையில் உள்ளது. கருங்கடலின் கிழக்குப்புற முடிவில் கசாசஸ் மலையில் பக்கவாட்டில் சிக்கிக் கொண்ட இயற்கை எழில் சூழ்ந்த நாடு ஜார்ஜியா. ஆசியா - ஐரோப்பா எல்லையில் இருந்தாலும் கிழக்கு ஐரோப்பிய கண்டத்தில் உள்ளது ஜார்ஜியா.

அதிகமான இந்திய மாணவர்கள் மருத்துவப் படிப்புக்கு ஜார்ஜியாவைத் தேர்ந்தெடுக்கக் காரணங்கள்:

1. கல்விக் கட்டணம் மற்றும் இதரச் செலவுகள் குறைவு.

2. பாதுகாப்பான நாடு. மற்ற நாடுகளைவிட இரண்டரை மடங்கு குற்ற சம்பவங்கள் குறைந்த நாடு ஜார்ஜியா.

3. அதிக சம்பிரதாயங்கள் இல்லாத நேரடி எளிய சேர்க்கை முறை. மொழிப்புலமைத் தேர்வு மதிப்பெண்கள் அவசியமில்லை.

4. 100% ஆங்கில வழிக் கல்வி.

ஜார்ஜியாவில் பதினான்கு விமான நிலையங்கள் உள்ளன. மருத்துவப் பல்கலைக்கழகங்கள் இருக்கும் அனைத்து நகரங்களிலும் விமான நிலையங்கள் இருக்கின்றன. அதனால் விமான நிலையத்திலிருந்து கல்லூரிக்கு அதிக தூரம் பயணம் செய்ய வேண்டியதில்லை.

முதன்மை விமான நிலையம்: டிபிலிசி சர்வதேச விமான நிலையம்.

விமான பயணக் கட்டணம் ரூபாய் ஐம்பதாயிரம் முதல் தொடங்குகிறது.

அடிப்படைத் தகுதிகள்:

- பன்னிரண்டாம் வகுப்பில் இயற்பியல், வேதியியல் மற்றும் உயிரியல் பாடங்கள் தேர்ந்தெடுத்து 50% சதவிகித மதிப்பெண்கள் பெற்றிருக்க வேண்டும். ஆதிதிராவிட/பழங்குடி மற்றும் பிற பிற்படுத்தப்பட்ட வகுப்பினர்கள் (OBC) 40% சதவிகித மதிப்பெண்கள் பெற்றிருக்க வேண்டும்.
- நீட் தேர்வில் 50% மதிப்பெண்கள் பெற்று தேர்ச்சி பெற்றிருக்க வேண்டும்.
- IELTS, TOFEL போன்ற ஆங்கில மொழிப் புலமைத் தேர்வு மதிப்பெண்கள் அவசியமில்லை.
- விண்ணப்பிக்கும் ஆண்டின் டிசம்பர் 31ஆம் தேதி பதினாறு வயது பூர்த்தியாகியிருக்க வேண்டும்.

பயிற்றுவிக்கும் மொழி: ஆங்கிலம்.

ரஷ்ய மருத்துவப் பல்கலைக்கழகங்கள் அங்கீகாரம் பெற்றவை: NMC, WHO, WFME, ECFMG மற்றும் FAIMER.

கல்விக் கட்டணம்: இந்திய மதிப்பில் ஓர் ஆண்டுக்கு ரூபாய் ஐந்து லட்சம் முதல் எட்டு லட்சம் வரை.

உணவு மற்றும் தங்குமிடச் செலவுகள்: ஓர் ஆண்டுக்கு தோராயமாக ரூபாய் இரண்டு லட்சம். இந்திய வந்து செல்லும் பயணச் செலவுகள் தனி.

ஜார்ஜியாவில் பதினைந்து மருத்துவப் பல்கலைக்கழகங்கள்

பல்கலைக்கழகங்கள் உள்ளன. அவற்றில் முதல் ஒன்பது பல்கலைக்கழகங்கள்:

- Georgia National University https://www.seu.edu.ge
- Tibilisi State Medical University https://tsu.ge
- Geomedi Medical University https://geomedi.edu.ge
- East European University https://eeu.edu.ge
- David Tvildiani Medical University https://dtmu.ge
- Ivane Javakhishvilli Tibilisi State University
- New Vision University https://newvision.ge
- Batumi Shota Rustaveli State University https://bsu.edu.ge
- Akaki Tsereteli State University https://international.atsu.edu.ge

ஜார்ஜியா ஐரோப்பிய கண்டத்தில் உள்ள நாடு என்றாலும் ஐரோப்பிய ஒன்றிய நாடு இல்லை. சோவியத் ரஷ்யாவிலிருந்து பிரிந்த நாடு. மேலும் ஜார்ஜியாவில் இந்தியத் தூதரகம் இல்லை. அர்மேனியாவில் மட்டுமே உள்ளது. ஜார்ஜியாவில் மருத்துவப் படிப்புக்கு நிறைய போலி வெளிநாட்டுக் கல்வி முகவர்கள் உள்ளனர். அதனால் முகவர்கள் பின்புலம் விசாரித்துத் தேர்ந்தெடுக்க வேண்டும். குற்றச் சம்பவங்கள் குறைந்த நாடுகளில் ஒன்று ஜார்ஜியா. ஆனால் சமீபகாலமாக இந்தியர்கள் மீது இனவெறி நடைபெறுகின்றன. ஜார்ஜியாவில் இந்தியர்கள் அதிகமாவதே இதற்குக் காரணம். ஆனால் இனவெறித் தாக்குதல்கள் நடந்ததில்லை. பெரிய அசம்பாவிதங்கள் ஏற்பட்டதில்லை.

7. பிலிப்பைன்ஸ்

இந்திய மாணவர்களுக்கு வெளிநாட்டில் இருந்து எம்பிபிஎஸ் படிக்க பிலிப்பைன்ஸ் ஒரு சிறந்த தேர்வு. பிலிப்பைன்ஸில் மருத்துவம் படிக்க ஏதேனும் ஒரு ஆங்கிலப் புலமைத் தேர்வில் தேர்ச்சி பெறுவது அவசியம். இங்கு வழங்கப்படும் எம்டி (டாக்டர் ஆஃப் மெடிசின்) பட்டம் இந்தியாவின் எம்பிபிஎஸ் பட்டத்திற்குச் சமமானது.

தரமான கல்வி, பயிற்சி, ஆராய்ச்சி மற்றும் வெளிநாடுகளிலிருந்து அதிக எண்ணிக்கையிலான மாணவர்களின் சேர்க்கை உலகளவில் கவனம் பெற்றுள்ளது. பல்கலைக்கழகங்கள் அமெரிக்கப் பாடத்திட்டத்தைப் பின்பற்றுகின்றன. குறைந்த கல்விக் கட்டணத்தில் உயர்தொழில்நுட்ப அடிப்படையிலான கல்வி முறை இந்திய மாணவர்களை மருத்துவ இளங்கலை படிக்க அதிகம் ஈர்க்கக் காரணமாக இருக்கிறது.

ஐம்பத்தி நான்கு வாரங்கள் எம்பிபிஎஸ் படித்தால் மட்டுமே மருத்துவ இளங்கலை பட்டப்படிப்பாக ஏற்கிறது இந்தியாவில் தேசிய மருத்துவ ஆணையம். ஆனால் பிலிப்பைன்ஸில் மருத்துவ இளங்கலை படிப்பினுடைய காலஅளவு நாற்பத்தெட்டு வாரங்கள். இந்தியாவில் பத்தாம் வகுப்புக்குப் பிறகு மேல்நிலைக் கல்வி

இரண்டு வருடங்கள் *(+2)*. ஆனால் பிலிப்பைன்ஸில் நான்கு வருடங்கள் *(+4)*. அதனால் முதல் இரண்டு வருடங்கள் பிலிப்பைன்ஸில் மேல்நிலைக் கல்வி முடித்த பிறகே மருத்துவ இளங்கலைப் படிப்பில் சேர முடியும். அதனால் அங்கு மருத்துவப் படிப்பு என்பது நான்கு ஆண்டுகள் மட்டுமே. மேலும் ஒரு வருடம் பயிற்சிக் காலம். பிலிப்பைன்ஸில் மருத்துவப் பட்டப்படிப்புக்கு மொத்தம் ஏழு வருடங்கள் என்பது பிலிப்பைன்ஸில் மருத்துவ இளங்கலை பட்டப்படிப்பில் இருக்கும் ஒரு குறை.

ஆனால், *MCI* ஸ்கிரீனிங் தேர்வில் தகுதி பெற்ற பிறகு, பிலிப்பைன்ஸில் எம்பிபிஎஸ் தேர்ச்சி பெற்ற மாணவர்கள் இந்தியாவிலும் பயிற்சி செய்யலாம்.

பிலிப்பைன்ஸ் இரண்டு வருட முன் மருத்துவக் கல்விக்கென லட்சங்களில் கட்டணம் வசூலிக்கும் வடஇந்தியாவில் தனியாக பயிற்சி நிறுவனங்கள் இருக்கின்றன. தமிழ்நாட்டில் அப்படி இருப்பது போலத் தெரியவில்லை. அது போன்ற பயிற்சி நிறுவனங்களில் சேர்ந்து மாணவர்கள் நேரத்தையும் பணத்தையும் வீணாக்க வேண்டாம்.

அடிப்படைத் தகுதிகள்:

- பன்னிரண்டாம் வகுப்பில் உயிரியல் பாடத்தைத் தேர்ந்தெடுத்து ஐம்பது சதவிகித மதிப்பெண்கள் எடுத்திருக்க வேண்டும்.
- நீட் தேர்வில் தேற்சி பெற்றிருக்க வேண்டும்.
- ஆங்கில மொழிப் புலமைத் தேர்வான *IELTS* மற்றும் *TOFEL* ஏதாவது ஒன்றில் தேர்ச்சி பெற்றிருக்க வேண்டும்.
- *NMAT* மருத்துவப் பரிசோதனையில் தேர்ச்சி பெற்றிருக்க வேண்டும்.
- விண்ணபபிக்கும் ஆண்டின் டிசம்பர் *31*ஆம் தேதி பதினாறு வயது பூர்த்தியாகியிருக்க வேண்டும்.

பயிற்றுவிக்கும் மொழி: ஆங்கிலம்.

பிலிப்பைன்ஸ் மருத்துவப் பல்கலைக்கழகங்கள் அங்கீகாரம் பெற்றவை: *WHO.*

மருத்துவப் படிப்பின் பெயர்: *BS-MD*

படிப்புக் காலம்: *ஆறு ஆண்டுகள் மற்றும் ஓராண்டு பயிற்சி உட்பட ஏழு ஆண்டுகள்.*

பதினாறு மாத உயிரியல் படிப்பு BS முடித்த பிறகே மருத்துவப் படிப்பான MD சேர முடியும். பன்னிரண்டாம் வகுப்புக்குப் பிறகு பார்மசி, நர்சிங், போன்ற டிப்ளமா படித்திருந்தால் பிலிப்பைன்ஸில் நேரடியாக டாக்டர் ஆப் மெடிசின் நான்கு வருடங்கள் மட்டும் படிக்கலாம்.

கல்விக் கட்டணம்: *ஓராண்டுக் கட்டணம் ரூபாய் மூன்று லட்சம் முதல் ரூபாய் இருபத்தைந்து லட்சம் வரை பல்கலைக்கழகங்களைப் பொறுத்து மாறுபடும்.*

உணவு மற்றும் தங்குமிடச் செலவுகள்: ஓராண்டுக்கு தோராயமாக ரூபாய் இரண்டு லட்சம்.

முப்பத்தியேழு மருத்துவப் பல்கலைக்கழகங்கள் உள்ளன.

பிலிப்பைன்ஸில் பிரபல மருத்துவப் பல்கலைக்கழகங்கள்:

- AMA School of Medical Science. http://www.amaschoolofmedicine.org.ph
- Davao Medical School of Foundation INC https://www.dmsf.edu.ph
- Emilio Aguinaldo College https://eac.edu.ph
- Our Lady Fatima University https://www.fatima.edu.ph
- University of Perpetual Help https://perpetualdalta.edu.ph

முக்கியக் குறிப்பு:

பிலிப்பைன்ஸில் உள்ள BS மற்றும் MD படிப்புகள் இந்தியாவில் உள்ள MBBS படிப்பிலிருந்து வேறுபட்டவை என்று NMC கூறியிருக்கிறது. எனவே பிலிப்பைன்ஸ் மருத்துவப் பட்டத்தை இந்தியாவில் மருத்துவப் பயிற்சிக்கு பதிவு செய்ய முடியாது. பிலிப்பைன்ஸில் உள்ள BS படிப்பு என்பது இந்தியாவின் மேல்நிலைப் பள்ளிக் கல்வி பதினொன்று மற்றும் பன்னிரண்டாம் வகுப்புகளுக்கு இணையான உயிரியல் பாடங்களை உள்ளடக்கிய முன் மருத்துவ திட்டமாகும்.

ஏற்கெனவே செய்யப்பட்ட நிதி முதலீடுகளைக் கருத்தில் கொண்டு, மருத்துவப் பட்டங்கள் செல்லாததாகிவிட்டால் என்ன செய்வதென்று பெற்றோர்களும் மாணவர்களும் கவலையடைந்துள்ளனர். ஆயிரக்கணக்கான மாணவர்களின் எதிர்காலம் பாதிக்கும் என்பதால், இந்த முடிவை அரசு மறுபரிசீலனை செய்ய வேண்டும் என்று கேட்டுக் கொண்டிருக்கிறார்கள்.

பிலிப்பைன்ஸ் மருத்துவப் பல்கலைக்கழகங்கள் பற்றி தெரிந்து கொள்ள மட்டுமே விரிவாக எழுதியுள்ளோம். தேசிய மருத்துவ ஆணையம் பிலிப்பைன்ஸ் மருத்துவப் படிப்பை அங்கீகரித்தால் மீண்டும் சேரலாம். அதை தேசிய மருத்துவ ஆணைய இணையதளத்தில் வழிகாட்டுதலில் உறுதி செய்து கொண்ட பிறகு மாணவர்கள் பிலிப்பைன்ஸில் மருத்துவம் படிக்கலாம். அதுவரை மாணவர்கள் மருத்துவப் படிப்புக்கு பிலிப்பைன்ஸ் பல்கலைக்கழகங்களைத் தேர்ந்தெடுக்க வேண்டாம்.

விவரங்கள் கூகிள் செய்து செய்தி வெளியிட்ட தேதியைத் தெரிந்துகொள்ளுங்கள். *NMC, Economic Times, Times Of India, Mint, Times Now,* தமிழில் சன், புதிய தலைமுறை, நியூஸ்7, தினத்தந்தி, தினமலர், விகடன், குமுதம் போன்ற அதிகாரபூர்வ இணையதள செய்திகளை மட்டுமே நம்ப வேண்டும். ஆலோசனை மையம் சொல்வதை அப்படியே நம்ப வேண்டாம்.

8. வங்காள தேசம் (பங்களாதேஷ்)

இந்தியக் கலாச்சார மற்றும் வாழ்கை முறையை ஒத்துள்ளதால் பங்களாதேஷில் மருத்துவம் படிக்கும் மாணவர்கள் இந்தியாவில் இருப்பது போலவே உணர்கிறார்கள். இந்தியாவில் நடத்தப்படும் வெளிநாட்டு மருத்துவப் பட்டதாரிகள் தேர்வில் பங்களாதேஷில் மருத்துவம் படித்த மாணவர்கள் அதிக அளவில் தேர்ச்சி பெற்றிருக்கிறார்கள். சர்வதேச மாணவர்களுக்கு ஏற்றவாறு உயர்தரக் கல்வியுடன் அதிக எண்ணிக்கையில் கல்லூரிகள் உள்ளன. இவை எம்பிபிஎஸ் படிப்பதற்கான சிறந்த இடங்களில் பங்களாதேஷ் ஒன்றாக இந்திய மாணவர்கள் தேர்ந்தெடுக்கக் காரணங்கள்.

மேலும், வங்கதேசத்தில் பின்பற்றப்படும் மருத்துவப் பாடத்திட்டம் இந்திய மருத்துவப் பாடத்திட்டத்துடன் பல ஒற்றுமைகளைக் கொண்டுள்ளது. பாடப்புத்தகங்கள் மற்றும் குறிப்புகள் கூட இந்திய எழுத்தாளர்களால் பரிந்துரைக்கப்படுகின்றன. மேலும், இந்திய மருத்துவக் கல்லூரிகளின் கட்டணத்துடன் ஒப்பிடும்போது குறைந்த செலவில் எம்பிபிஸ் படித்துவிடலாம்.

சர்வதேச அளவில் புகழ் பெற்ற பல்கலைக்கழகங்கள். இந்தியக் கல்விமுறை மற்றும் இந்திய ஆங்கிலத்திற்கு ஒத்த பாடத்திட்டம். எளிதான பயண மற்றும் விசா நடைமுறைகள். எதிர்காலத்தில் உலக அளவில் நல்ல வாய்ப்புகளைப் பெறலாம் போன்றவை பங்களாதேஷில் எம்பிபிஎஸ் படிப்பதன் நன்மைகள்.

முக்கியக் குறிப்பு: பங்களாதேஷில் மருத்துவப் படிப்பைத் தொடர விரும்பும் இந்திய மாணவர்கள் சார்க் நாடுகளின் ஒதுக்கீட்டின் கீழ் நேரடி சேர்க்கைக்கு விண்ணப்பிக்கலாம். இதனால் இந்திய மாணவர்கள் மிகவும் சாதாரண கட்டணத்தில் எம்பிபிஎஸ் படிக்க முடியும்.

பங்களாதேஷ் தலைநகரம்: டாக்கா.

பங்களாதேஷில் மூன்று சர்வதேச விமான நிலையங்கள் உள்ளன.

முதன்மை விமான நிலையம்: ஹஸரத் ஷாஜலால் சர்வதேச விமான நிலையம்.

விமானப் பயணக் கட்டணம்: ரூபாய் நான்காயிரம் முதல் பதினைந்தாயிரம் வரை.

அடிப்படைத் தகுதிகள்:

- பன்னிரண்டாம் வகுப்பில் இயற்பியல், வேதியியல் மற்றும் உயிரியல் பாடங்கள் தேர்ந்தெடுத்து ஐம்பது சதவிகித மதிப்பெண்கள் பெற்றிருக்க வேண்டும்.
- நீட் தேர்வில் தேர்ச்சி பெற்றிருக்க வேண்டும்.
- விண்ணப்பிக்கும் ஆண்டின் டிசம்பர் 31ஆம் தேதி பதினாறு வயது பூர்த்தியாகியிருக்க வேண்டும்.

பயிற்றுவிக்கும் மொழி: ஆங்கிலம்.

பங்களாதேஷ் மருத்துவப் பல்கலைக்கழகங்கள் அங்கீகாரம் பெற்றவை: *WHO, NMC* மற்றும் *WDOMS.*

பல்கலைக்கழகம்/கல்லூரி வகைகள்: அரசு மற்றும் தனியார்.

கால அளவு: ஐந்து ஆண்டுகள் மற்றும் ஓராண்டு பயிற்சிக் காலத்துடன் சேர்த்து ஆறு ஆண்டுகள்.

கல்விக் கட்டணம், தங்குமிடம் மற்றும் உணவு அனைத்துச் செலவுகளையும் சேர்த்து முப்பத்தைந்து முதல் அதிகபட்சம் நாற்பது லட்சங்களில் மருத்துவப் படிப்பை முடித்துவிடலாம்.

பங்களாதேஷில் முக்கியமான மருத்துவப் பல்கலைக்கழகங்கள்:

- Parkview Medical College https://pmch.edu.bd/

- Prime Medical College, Rangpur https://pmcbd.org/
- Marks Medical College, Dhaka http://marksmedicalcollege.edu.bd
- Medical College for Women and Hospital, Dhaka https://www.medicalcollegeforwomen.edu.bd
- Eastern Medical College, Comilla https://emccomilla.com

பங்களாதேஷ் பல்கலைக்கழகங்களில் மருத்துவப் பாடத்திட்டங்கள் கடினமானவை. மாணவர்கள் இருபத்தி நான்கு மணி நேரங்களும் படித்துக்கொண்டே இருக்க வேண்டியிருக்கும். அப்போதுதான் தேர்வில் வெற்றிபெற முடியும். அந்த அளவுக்குத் தொடர்ந்து படிக்கும் பயிற்சியை மாணவர்கள் வளர்த்துக்கொள்ள வேண்டும். நிறைய மாணவர்கள் முதலாம் ஆண்டிலேயே பாடச்சுமை தாளாமல் வெளியேறிவிடுகிறார்கள்.

சர்வதேசத் தரத்தில் ஆய்வுக்கூடங்களுடன் இந்தியப் பாடத்திட்டங்களை ஒத்த தரமான மருத்துவக் கல்வியை பங்களாதேஷில் பெறலாம். பேராசிரியர்களும் சர்வதேச அளவில் புகழ் பெற்றவர்கள்.

9. நேபாளம்

உலகளவில் தரமான எம்பிபிஎஸ் படிப்பை வழங்கும் நாடுகளில் நேபாளமும் ஒன்று. அதனால் மாணவர்களின் மருத்துவப் படிப்புக்கு விருப்ப நாடுகளில் நேபாளமும் முதன்மைப் பட்டியலில் இருக்கிறது. இந்திய அரசு மருத்துவக் கல்லூரிக்கு இணையான போட்டி நேபாள மருத்துவக் கல்லூரி இருக்கைகளுக்கும் உள்ளன. பெரும்பாலான நேபாள மருத்துவக் கல்லூரிகள் காட்மாண்டு பல்கலைக்கழகத்துடன் இணைந்துள்ளன. நேபாள மருத்துவக் கல்லூரிகள் கல்விக் கட்டணத்தை தவணை முறையில் செலுத்த அனுமதிக்கின்றன என்பது நேபாள மருத்துவக் கல்லூரிகளின் சிறப்பம்சம்.

நேபாளம் மலைத்தொடர்களுக்கு இடையே உள்ள நாடு. இது இந்தியாவிற்கு கிழக்கு நோக்கி அமைந்துள்ள நிலத்தால் சூழப்பட்ட நாடு. நேபாள நாட்டின் பரப்பளவு கிழக்கிலிருந்து மேற்காக தோராயமாக 500 மைல்கள் (800 கிலோமீட்டர்) மற்றும் வடக்கிலிருந்து தெற்காக 90 முதல் 150 மைல்கள் வரை விரிவடைகிறது. இந்தியா, சீனா, அமெரிக்கா, இங்கிலாந்து, ஜப்பான், டென்மார்க், ஜெர்மனி, கனடா, சுவிட்சர்லாந்து உள்ளிட்ட பல நாடுகள் நேபாளத்துக்கு நிதி உதவி அளித்துள்ளன.

தலைநகரம்: காட்மாண்டு.

முதன்மை விமான நிலையம்: திருபுவன் சர்வதேச விமான நிலையம்.

இந்தியாவிலிருந்து நேபாளுக்கு ரயில் சேவைகளும் உள்ளன. ஆனால் தமிழ்நாட்டிலிருந்து செல்லும் மாணவர்களுக்கு விமானப் பயணம் நேரத்தையும் பணத்தையும் மிச்சப்படுத்தும். சென்னையிலிருந்து நேபாளத் தலைநகரம் காட்மாண்டுவிற்கு விமானப் பயணக் கட்டணம் ரூபாய் பத்தாயிரம்.

அடிப்படைத் தகுதிகள்:

- பன்னிரண்டாம் வகுப்பில் இயற்பியல், வேதியியல் மற்றும் உயிரியல் பாடங்கள் தேர்ந்தெடுத்து 60% சதவிகித மதிப்பெண்கள் பெற்றிருக்க வேண்டும்.
- நீட் தேர்வில் தேர்ச்சி பெற்றிருக்க வேண்டும்.
- ஆங்கிலம் சரளமாகப் பேச மற்றும் எழுதத் தெரிந்திருக்க வேண்டும். ஆனால் IELTS போன்ற மொழிப் புலமைத் தேர்வு மதிப்பெண்கள் அவசியமில்லை.
- விண்ணப்பிக்கும் ஆண்டின் டிசம்பர் 31ஆம் தேதி பதினாறு வயது பூர்த்தியாகியிருக்க வேண்டும். அதிகபட்ச வயது இருபத்தைந்து.

பயிற்றுவிக்கும் மொழி: ஆங்கிலம்.

நேபாள் மருத்துவப் பல்கலைக்கழகங்கள் அங்கீகாரம் பெற்றவை: WHO மற்றும் NMC.

படிப்புக் காலம்: ஐந்து ஆண்டுகள் மற்றும் ஒரு வருடப் பயிற்சியுடன் ஆறு ஆண்டுகள்.

கல்விக் கட்டணம்: ஆண்டுக்குத் தோராயமாக நாற்பது முதல் எழுபது லட்சம் வரை.

நேபாளத்தில் இருபது மருத்துவப் பல்கலைக்கழகங்கள் மற்றும் கல்லூரிகள் உள்ளன.

நேபால் நாட்டின் முக்கிய மருத்துவப் பல்கலைக்கழகங்கள் மற்றும் கல்லூரிகள்:

- Manipal College of Medical Science https://manipalpokhara.edu.np
- Janaki Medical College https://janakimedicalcollege.edu.npp

- Kathmandu Medical College https://kmc.edu.np
- Tribhuvan University https://tu.edu.np
- Birat Medical College https://biratmedicalcollege.edu.np
- Chitwan Medical College https://cmc.edu.np
- Lumbini Medical College https://lmc.edu.np
- B.P. Koirala Institute of Health Sciences
- Nobel Medical College https://www.nobelmedicalcollege.com.np
- Gandaki Medical College https://gmc.edu.np
- Universal College of Medical Sciences Nepal
- Devdaha Medical College And Research Institute https://devdahamedicalcollege.edu.np
- National Medical College https://nmcbir.edu.np
- Patan Academy of Health Sciences https://www.pahs.edu.np

உணவு, தங்குமிடம் போன்ற வாழ்வியல் செலவுகள் குறைந்த, நல்ல தரமான மருத்துவப் படிப்புக்கு நேபால் சிறந்த தேர்வு. ஆனால் கல்விக் கட்டணம் நாற்பத்தைந்து லட்சம் முதல் எழுபது லட்சம் வரை முழுமையான படிப்புக்குச் செலவாகும். பணம் அதிகம் செலவு செய்து வெளிநாட்டில் மருத்துவம் படிக்கத் தயாராக இருப்பவர்களுக்கு இயற்கை எழில் சூழ்ந்த மலைப்பிரதேசத்தில் மிகப் பெரிய வளாகங்கள் கொண்ட கல்லூரிகளில் நல்ல செயல்முறைப் பயிற்சியுடன் கூடிய மருத்துவ இளங்கலை படிப்புக்கு நேபாளம் உறுதியளிக்கும்.

10. அர்மேனியா

வெளிநாட்டில் மருத்துவ இளங்கலை பயில முக்கிய நாடுகளில் ஒன்று அர்மேனியா. இந்த நாட்டில் உள்ள பல்கலைக்கழகங்கள் நவீன உட்கட்டமைப்பு, சிறந்த ஆய்வகங்கள் மற்றும் ஆய்வு உபகரணங்கள், அனுபவம்மிக்க ஆசிரியர்கள் மற்றும் குறைந்த கல்விக் கட்டணம் போன்ற சிறப்புகளைக் கொண்டது அர்மேனிய மருத்துவப் பல்கலைக்கழகங்கள் மற்றும் கல்லூரிகள். ஆண்டுதோறும் தோராயமாக இரண்டாயிரம் இந்திய மாணவர்கள் மருத்துவப் இளங்கலை படிக்க அர்மேனியா செல்கிறார்கள்.

முன்னாள் சோவியத் குடியரசு நாடுகளில் ஒன்றான அர்மேனியா ஆசியாவிற்கும் ஐரோப்பாவிற்கு இடையில் உள்ள காகசஸ் மலைப்பகுதியில் உள்ளது. இது ஓர் ஆசியா கண்டத்தைச் சேர்ந்த நாடு. சிந்து சமவெளி நாகரிகம் போல அர்மேனிய நாகரிகமும் பழமைவாய்ந்த புகழ் பெற்ற நாகரிகம். அர்மேனியாவைச் சுற்றியுள்ள நாடுகள் ஜார்ஜியா, அஜர்பைஜான், ஈரான் மற்றும் துருக்கி. இவற்றில் ஜார்ஜியாவும் மருத்துவக் கல்லூரிகளுக்குப் பெயர் பெற்றது.

ஜார்ஜியாவைவிட அர்மேனியா மருத்துவப் படிப்பில் முன்னணியில் உள்ளது. ஆனால் தமிழ்நாட்டு மாணவர்கள் மருத்துவப் படிப்புக்கு அதிகம் ஜார்ஜியாவையே தேர்ந்தெடுக்கிறார்கள். ஜார்ஜியாவில் இந்தியத் தூதரகம் இல்லை. ஜார்ஜியாவில் மருத்துவம் படிக்கும் மாணவர்கள் அர்மேனியாவில் இருக்கும் இந்தியத் தூதரகம் மூலமே அனைத்துப் பரிவர்த்தனைகளையும் மேற்கொள்ள வேண்டும்.

அர்மேனியா தலைநகரம்: யெரிவன் *(Yerevan)*

விமான நிலையம்: எரீவன்/வார்ட்னாட்ஸ் சர்வதேச விமான நிலையம் முதன்மையானது. அர்மேனியாவில் மொத்தம் எட்டு விமான நிலையங்கள் உள்ளன.

விமானக் கட்டணம் ஐம்பத்து மூன்றாயிரம் முதல் ஒரு லட்சத்து இருபதாயிரம் வரை.

அர்மேனிய மருத்துவப் பல்கலைக்கழக சிறப்புகள்:

1. அர்மேனியாவில் கல்விக் கட்டணம் இந்திய ரூபாய் மதிப்பில் பத்து லட்சத்திலிருந்து துவங்குகிறது.
2. சேர்க்கைக்கு நன்கொடை தேவையில்லை.
3. அதிகம் கடினம் இல்லாத எளிமையான சேர்க்கை முறை.
4. சிறந்த ஹாஸ்டல் வசதி. ஹாஸ்டல் மெஸ்ஸில் இந்திய உணவுகள் கிடைக்கும்.
5. குறைந்த குற்றச் சதவிகிதம் கொண்ட பாதுகாப்பான நாடு.
6. அனுபவமிக்க ஆசிரியர்கள். உயர்தர ஆய்வகங்கள்.
7. படிப்பைத் தாண்டி கலை, விளையாட்டுப் போன்ற கூடுதல் நடவடிக்கைகளிலும் கவனம் செலுத்துகிறார்கள்.

மருத்துவ இளங்கலைப் படிப்பில் சேர அடிப்படைத் தகுதிகள்:

- பன்னிரண்டாம் வகுப்பில் இயற்பியல், வேதியல் மற்றும் உயிரியல் பாடங்கள் தேர்ந்தெடுத்து 50% சதவிகித மதிப்பெண்கள் பெற்றிருக்க வேண்டும். ஆதிதிராவிட/பழங்குடி மற்றும் பிற பிற்படுத்தப்பட்ட வகுப்பினர்கள் (OBC) 40% சதவிகித மதிப்பெண்கள் பெற்றிருக்க வேண்டும்.

- *நீட் தேர்வில் 50% தேர்ச்சி பெற்றிருக்க வேண்டும்.*
- *ஆங்கிலம் பேச மற்றும் எழுதத் தெரிந்திருக்க வேண்டும். சில பல்கலைக்கழகங்கள் IELTS/TOFEL போன்ற மொழிப் புலமைத் தேர்வு மதிப்பெண்கள் எதிர்பார்க்கின்றன.*
- *விண்ணப்பிக்கும் ஆண்டின் டிசம்பர் 31ஆம் தேதி பதினாறு வயது பூர்த்தியாகியிருக்க வேண்டும்.*

பயிற்றுவிக்கும் மொழி: *ஆங்கிலம்.*

மருத்துவப் பல்கலைக்கழகங்கள் அங்கீகாரம் பெற்றவை: *NMC, WDOMS, FAIMER and Ministry of Education and Science of Armenia.*

படிப்புக் காலம்: *ஐந்தரை ஆண்டுகள் மற்றும் ஒரு வருடப் பயிற்சியுடன் படிப்பை முடிக்க ஏழு ஆண்டுகளாகிவிடும்.*

கல்விக் கட்டணம்: *மருத்துவப் படிப்புக்கு மொத்தக் கட்டணம் ரூபாய் பதினைந்து லட்சம் முதல் ரூபாய் முப்பத்தைந்து லட்சம் வரை பல்கலைக்கழகம் மற்றும் கல்லூரிகளுக்கு ஏற்ப மாறுபடும்.*

சிறந்த அர்மேனியப் பல்கலைக்கழகங்கள்:

- Mkhitar Gosh Armenian – Russian International University https://mkhitargosh.am
- Yerevan State Medical University https://ywmu.am
- St. Tereza Medical University https://escs.am
- Yerevan Haybusak University https://haybusak.am
- University of Traditional Medicine (UTM) https://utm.am

கடந்த பத்தாண்டுகளாக அர்மேனியா அண்டை நாடான அஜர்பைஜானுடன் எல்லைப் பிரச்சனை காரணமாக போர் நடந்து வருகிறது. சிறந்த மருத்துவப் பல்கலைக்கழகங்கள் அர்மேனியாவில் இருந்தாலும் போர் பதற்றம் காரணமாக மாணவர்கள் மற்றும் அவர்களுடைய பெற்றோர்களின் மாற்று விருப்பத் தேர்வாக ரஷ்யா மற்றும் கஜகஸ்தான் உள்ளன.

போர் நடக்கும் இடத்திலிருந்து வெகு தூரத்தில்தான் மருத்துவப் பல்கலைக்கழகங்கள் அமைந்துள்ளன. மேலும் போரினால்

வெளிநாட்டு மாணவர்களுக்கு எந்த அசம்பாவிதமும் இதுவரை நடக்கவில்லை. ஆனாலும் பெற்றோர்களின் பயம் நியாயமானதே.

பல்கலைக்கழகத்தில் சேரும் முன்பு அது இயங்குகிறதா என உறுதி செய்து கொள்ளவேண்டும். காரணம் சமீபத்தில் அர்மேனியக் கல்வி மற்றும் அறிவியல் அமைச்சகம் செயின்ட், தெரசா மருத்துவப் பல்கலைக்கழகத்தின் உரிமத்தை ரத்து செய்துள்ளது.

அர்மேனியாவை விட ஜார்ஜியா பொருளாதாரத்தில் முன்னேறிய நாடு. அர்மேனியாவுடன் ஒப்பிடும் போது ஜார்ஜியாவில் அனைத்து வசதி வாய்ப்புகளும் அதிகம்.

11. கஜகஸ்தான்

குறைந்த செலவில் மருத்துவ இளங்கலை படிக்க சிறந்த நாடுகளில் ஒன்று கஜகஸ்தான். தற்போது ஐயாயிரத்து முந்நூறு இந்திய மாணவர்கள் கஜகஸ்தானில் மருத்துவம் படித்து வருகிறார்கள். 2022ஆம் ஆண்டு மட்டும் மூவாயிரத்து ஐநூறு இந்திய மாணவர்கள் கஜகஸ்தானிலுள்ள பல்கலைக்கழகங்களில் மருத்துவ இளங்கலை சேர்ந்திருக்கிறார்கள்.

கஜகஸ்தான் குடியரசு மத்திய ஆசியாவில் அமைந்துள்ள ஒரு கண்டம் கடந்த நாடாகக் கருதப்படுகிறது. ரஷ்யாவிற்கும் சீனாவிற்கும் இடையிலான எல்லையின் ஒரு குறுகிய பகுதியால் பிரிக்கப்பட்டுள்ளது. கஜகஸ்தான் உலகின் மிகப்பெரிய நிலத்தால் சூழப்பட்ட நாடு, இது ஒன்பதாவது பெரிய நாடு. மக்கள்தொகை 18.8 மில்லியன் மக்கள், மேலும் இது உலகின் மிகக் குறைந்த மக்கள்தொகையைக் கொண்ட நாடு. ஒரு சதுர கி.மீ.க்கு ஆறு பேருக்கும் குறைவான மக்கள் (சது மைலுக்கு பதினைந்து பேர்). கஜகஸ்தானின் தலைநகரம் நூர்-சுல்தான். அந்நாட்டின் மிகப் பெரிய நகரம் அல்மாட்டி.

கஜகஸ்தானில் படிக்கும் அதிகமான வெளிநாட்டு மாணவர்கள் எண்ணிக்கையில் முதல் ஐம்பது இடங்களில் இந்தியா இடம் பெற்றுள்ளது என்று கஜகஸ்தான் அரசு நடத்திய ஆய்வில் தெரிய

வந்துள்ளது. இந்திய அளவில் ராஜஸ்தான் மாநிலத்தைச் சேர்ந்த அதிக மாணவர்கள் கஜகஸ்தானில் மருத்துவம் பயில்கிறார்கள். இந்திய மாணவர்களுக்கு கஜகஸ்தான் அரசு மிகுந்த பாதுகாப்பு அளிக்கிறது. பிலிப்பைன்ஸ், பங்களாதேஷ் மற்றும் உக்ரைனுடன் ஒப்பிடும் போது கஜகஸ்தானில் கல்விக் கட்டணம் மற்றும் இதர செலவுகள் குறைவு. சேர்க்கை முறையும் எளிமையானது.

கஜகஸ்தான் தலைநகரம்: ஆஸ்தானா *(Astana)*

கஜகஸ்தானில் இருபத்து நான்கு விமான நிலையங்கள் உள்ளன. விமான பயணச் சீட்டு ரூபாய் பத்தொன்பதாயிரம் முதல் ரூபாய் எழுபதாயிரம் வரை.

முதன்மை விமான நிலையம்: அல்மாட்டி சர்வதேச விமான நிலையம்.

கஜகஸ்தான் மருத்துவப் பல்கலைக்கழகங்களின் சிறப்பம்சங்கள்:

சிறந்த கல்வி. நியாயமான கட்டணம். மாணவர்களுக்குப் பாதுகாப்பு. பயிற்றுவிக்கும் மொழி ஆங்கிலம். கஜகஸ்தானின் சிறந்த பல்கலைக்கழகங்களில் நேரடியான சேர்க்கை.

அடிப்படைத் தகுதிகள்:

- பன்னிரண்டாம் வகுப்பில் இயற்பியல், வேதியல் மற்றும் உயிரியல் பாடங்கள் தேர்ந்தெடுத்து *50%* சதவிகித மதிப்பெண்கள் பெற்றிருக்க வேண்டும். ஆதிதிராவிட/பழங்குடி மற்றும் பிற பிற்படுத்தப்பட்ட வகுப்பினர்கள் *(OBC) 40%* சதவிகித மதிப்பெண்கள் பெற்றிருக்க வேண்டும்.
- நீட் தேர்வில் தேற்சி பெற்றிருக்க வேண்டும்.
- விண்ணப்பிக்கும் ஆண்டின் டிசம்பர் *31*ஆம் தேதி பதினாறு வயது பூர்த்தியாகியிருக்க வேண்டும்.
- வயது உச்சவரம்பு இல்லை.

பயிற்றுவிக்கும் மொழி: ஆங்கிலம்.

கஜகஸ்தான் மருத்துவப் பல்கலைக்கழகங்கள் அங்கீகாரம் பெற்றவை: *NMC, WHO, WFME, ECFMG* மற்றும் *FAIMER.*

கஜகஸ்தானில் எம்பிபிஎஸ் படிப்பின் பெயர் எம்டி.

கஜகஸ்தானில் சிறந்த மருத்துவப் பல்கலைக்கழகங்கள்:

- Kazakh National University https://kaznmu.edu.kz
- Asfendiyarov Kazakh National Medical University
- South Kazakhastan Medical Academy https://skma.edu.kz
- Karangada State Medical University https://qmu.edu.kz
- Semey State Medical University https://smu.edu.kz
- West Kazhakastan Marat Ospanov State Medical University https://zkmu.edu.kz

முந்தைய சோவியத் யூனியன் நாடுகளில் மற்ற நாடுகளை ஒப்பிடும் போது ரஷ்யாவும் கஜகஸ்தானும் இந்திய மாணவர்களுக்கு பாதுகாப்பானது.

கடந்த சில வருடங்களாகத்தான் அதிகமாக இந்திய மாணவர்கள் மருத்துவம் படிக்க கஜகஸ்தான் செல்கிறார்கள். குறைந்த செலவில் மருத்துவம் படிக்க ரஷ்யாவும் கஜகஸ்தானும் சிறந்த தேர்வுகள். படிப்புக் காலமும் குறைவு. இதனால் நேரமும் பணமும் மிச்சப்படுகிறது. கஜகஸ்தானில் மருத்துவ இளங்கலை படிப்பை ஆறு ஆண்டுகளில் முடித்துவிடலாம். இது இந்தியாவில் மருத்துவப் படிப்புக் காலத்தை விட ஆறு மாதங்களே அதிகம். ஆனால் தமிழக மாணவர்கள் இந்நாட்டுக்குச் சென்று படிப்பது குறைவாக உள்ளது.

12. உஸ்பெகிஸ்தான், தஜிகிஸ்தான் மற்றும் கிர்கிஸ்தான்
(Uzbekistan, Tajikistan and Kyrgyzstan)

உஸ்பெகிஸ்தான், தஜிகிஸ்தான் மற்றும் கிர்கிஸ்தான் மூன்று நாடுகளும் அருகருகே அமைந்த முன்னாள் சோவியத் குடியரசிலிருந்து பிரிந்த நாடுகள். தமிழக மாணவர்கள் மருத்துவம் படிக்க இந்நாடுகளுக்குச் செல்வதில்லை. அதிகபட்சம் நூற்றைம்பது இந்திய மாணவர்கள் இந்நாடுகளில் மருத்துவம் படித்துக் கொண்டிருக்கிறார்கள். ஆனால், எம்பிபிஸ் படிக்க இம்மூன்று நாடுகளும் மிகச் சிறந்த தேர்வு.

உஸ்பெகிஸ்தான்

உஸ்பெகிஸ்தான் மத்திய ஆசியாவில் அமைந்துள்ளது. பொருளாதாரத்திலும் கலாச்சாரத்திலும் வளமையான நாடு. உஸ்பெகிஸ்தான் மக்கள் உஸ்பெக் மொழி பேசுகிறார்கள். அதிகாரபூர்வ அரசு நிர்வாகத்தில் உபயோகிக்கும் மொழி ரஷ்யன்.

உஸ்பெகிஸ்தான் தலைநகரம்: டாஸ்கண்ட்

உஸ்பெகிஸ்தானில் பதினொரு சர்வதேச விமான நிலையங்கள் உள்ளன. விமானப் பயணம் தோராயமாக மூன்று மணி நேரம்.

முதன்மை விமான நிலையம்: டாஷ்கண்ட் சர்வதேச விமான நிலையம்.

விமானப் பயணக் கட்டணம்: *ரூபாய் பதினான்காயிரத்தில் இருந்து துவங்குகின்றன.*

உபெகிஸ்தானில் மருத்துவம் படிப்பது சிறந்தது என்பதற்கான காரணங்கள்:

உஸ்பெகிஸ்தான் பாதுகாப்பான நாடு. கல்விக் கட்டணம் குறைவு. மருத்துவ இளங்கலையில் சேர நுழைவுக் கட்டணம் மற்றும் மறைமுகக் கட்டணங்கள் இல்லை. நன்கொடை இல்லை. முழுவதும் ஆங்கில வழிக் கல்வி. உணவு, தங்குமிடச் செலவுகளும் குறைவு.

அடிப்படைத் தகுதிகள்:

- *பன்னிரண்டாம் வகுப்பில் இயற்பியல், வேதியல் மற்றும் உயிரியல் பாடங்கள் தேர்ந்தெடுத்து 60% சதவிகித மதிப்பெண்கள் பெற்றிருக்க வேண்டும். இடஒதுக்கீடு தகுதி பெற்ற மாணவர்கள் 50% மதிப்பெண்கள் பெற்றிருந்தால் போதும்.*
- *நீட் தேர்வில் தேர்ச்சி பெற்றிருக்க வேண்டும்.*
- *ஆங்கிலம் பேச மற்றும் எழுதத் தெரிந்திருக்க வேண்டும். ஆனால் IELTS போன்ற மொழிப் புலமைத் தேர்வு மதிப்பெண்கள் அவசியமில்லை.*
- *விண்ணப்பிக்கும் ஆண்டின் டிசம்பர் 31ஆம் தேதி பதினாறு வயது பூர்த்தியாகியிருக்க வேண்டும்.*

பயிற்றுவிக்கும் மொழி: *ஆங்கிலம்.*

உஸ்பெகிஸ்தான் மருத்துவப் பல்கலைக்கழகங்கள் அங்கீகாரம் பெற்றவை: *WHO, NMC மற்றும் FAIMER.*

படிப்புக் காலம்: *ஐந்து ஆண்டுகள் மற்றும் ஒரு வருடப் பயிற்சியுடன் ஆறு ஆண்டுகள்.*

உஸ்பெகிஸ்தானிலுள்ள மருத்துவப் பல்கலைக்கழகங்கள் மற்றும் கல்லூரிகள்:

- Toshkent Medical Academy https://tma.uz
- Second Toshkent State Medical Institute https://tma.uz

டாஷ்கண்ட் மருத்துவ அகாடெமியுடன் இணைந்தது. அதனால் அதே இணையதளத்தில் செகண்ட் டாஷ்கண்ட மெடிக்கல் இன்ஸ்டிடியூட் விவரங்கள் உள்ளன.

- Tashkent State Dental Institute https://tsdi.uz
- Bukhara State Medical Institute https://bsmi.uz
- Samarkand State Medical Institute https://sammu.uz
- Andijan State Medical Institute https://adti.uz

தஜிகிஸ்தான்

தஜிகிஸ்தான் மத்திய ஆசியாவில் அமைந்துள்ள நான்கில் ஒரு பகுதி மலைகளைக் கொண்ட இயற்கை வளமிக்க நாடு. சீனா, ஆப்கானிஸ்தான், உஸ்பெகிஸ்தான் மற்றும் உக்ரைன் நாடுகளுக்கு நடுவில் அமைந்திருக்கிறது. தீவிரவாத வன்முறை மற்றும் போர்களால் பாதிக்கப்பட்ட ஆப்கானிஸ்தான் மற்றும் உக்ரைன் நாடுகளின் அருகில் இருந்தாலும் அவை தஜிகிஸ்தானை பாதிக்கவில்லை.

சீனா, கனடா, ஆஸ்திரியா, பிரான்ஸ், ஜெர்மனி, ஸ்வீடன், இந்தியா, போலந்து மற்றும் ஈரான் போன்ற பல நாடுகளுடன் பல்கலைக்கழகங்கள் ஒத்துழைப்பைக் கொண்டிருப்பதால், தஜிகிஸ்தான் பல்கலைக்கழகங்களிலிருந்து பெறும் எம்பிபிஎஸ் பட்டம் சர்வதேச வாய்ப்புகளை வழங்குகிறது.

தலைநகரம்: டஷான்பே

தஜிகிஸ்தானில் ஐந்து விமான நிலையங்கள் உள்ளன. விமானப் பயணம் தோராயமாக மூன்று மணி நேரம்.

முதன்மை விமான நிலையம்: டஷான்பே சர்வதேச விமான நிலையம்.

விமானப் பயணக் கட்டணம்: ரூபாய் பதினாறாயிரத்திலிருந்து துவங்குகின்றன.

அடிப்படைத் தகுதிகள்:

- *பன்னிரண்டாம் வகுப்பில் இயற்பியல், வேதியல் மற்றும் உயிரியல் பாடங்கள் தேர்ந்தெடுத்து 50% சதவிகித மதிப்பெண்கள் பெற்றிருக்க வேண்டும்.*
- *நீட் தேர்வில் தேர்ச்சி பெற்றிருக்க வேண்டும்.*
- *ஆங்கிலம் பேச மற்றும் எழுதத் தெரிந்திருக்க வேண்டும். ஆனால் IELTS போன்ற மொழிப் புலமைத் தேர்வு மதிப்பெண்கள் அவசியமில்லை.*
- *விண்ணப்பிக்கும் ஆண்டின் டிசம்பர் 31ஆம் தேதி பதினேழு வயது பூர்த்தியாகியிருக்க வேண்டும்.*

பயிற்றுவிக்கும் மொழி: *ஆங்கிலம்.*

தஜிகிஸ்தான் மருத்துவப் பல்கலைக்கழகங்கள் அங்கீகாரம் பெற்றவை: UNESCO, WHO, MCI, FAIMER, ECFMG, WFME மற்றும் NMC.

படிப்புக் காலம்: *நான்கு ஆண்டுகள் மற்றும் ஒரு வருடப் பயிற்சியுடன் ஐந்து ஆண்டுகள்.*

தஜிகிஸ்தானில் இரண்டு பல்கலைக்கழகங்கள் மருத்துவப் படிப்புகள் வழங்குகிறது. இவ்விரண்டும் தஜிகிஸ்தான் அரசுப் பல்கலைக்கழகங்கள். மற்ற இளங்கலைப் படிப்புகளோடு மருத்துவப் படிப்புகளும் இப்பல்கலைக்கழகங்களில் உள்ளன.

- Avicenna State Medical University https://www.tajmedun.tj
- Tajik State Medical University

கிர்கிஸ்தான்

கிர்கிஸ்தானில் இந்திய மாணவர்களின் மருத்துவப் படிப்புச் சேர்க்கை ஒவ்வொரு ஆண்டும் அதிகரித்து வருகிறது. குறைந்த செலவில் தரமான கல்வி, உணவு மற்றும் தங்குமிடம் கிடைக்கின்றன என்பது முக்கியக் காரணம். பிற வசதிகளை விட கல்வி மிக முக்கியம். அதற்காகத்தான் இவ்வளவு செலவு செய்கிறோம். ஆண்டுதோறும் கிர்கிஸ்தானில் அதிகரித்துக் கொண்டிருக்கும்

இந்திய மாணவர்களின் சேர்க்கை கிர்கிஸ்தான் சிறந்த மருத்துவக் கல்வி வழங்குகிறது என்பதை உறுதி செய்கிறது. தற்போது பத்தாயிரம் இந்திய மாணவர்கள் கிர்கிஸ்தானில் மருத்துவம் பயில்கிறார்கள்.

முன்னாள் சோவியத் ஒருங்கிணைந்த நாடுகளில் இருந்து பிரிந்த மத்திய ஆசியாவில் அமைந்துள்ள நாடுகளில் ஒன்று கிர்கிஸ்தான். கடற்கரை இல்லாத மலைப் பிரதேசங்கள் அதிகம் உள்ள நாடு. உஸ்பெகிஸ்தான், தஜிகிஸ்தான் மற்றும் சீனா கிர்கிஸ்தானின் அருகில் உள்ள நாடுகள்.

தலைநகரம்: பிஸ்கெக்.

கிர்கிஸ்தானில் பத்து விமான நிலையங்கள் உள்ளன. பயண நேரம் ஆறு மணி நேரம்.

முதன்மை விமான நிலையம்: மனாஸ் சர்வதேச விமான நிலையம்.

விமான பயணக் கட்டணம்: ரூபாய் பதினெட்டாயிரம் முதல் நாற்பதாயிரம் வரை.

அடிப்படைத் தகுதிகள்:

- பன்னிரண்டாம் வகுப்பில் இயற்பியல், வேதியல் மற்றும் உயிரியல் பாடங்கள் தேர்ந்தெடுத்து 50% சதவிகித மதிப்பெண்கள் பெற்றிருக்க வேண்டும்.
- நீட் தேர்வில் தேர்ச்சி பெற்றிருக்க வேண்டும்.
- ஆங்கிலம் பேச மற்றும் எழுதத் தெரிந்திருக்க வேண்டும். ஆனால் IELTS போன்ற மொழிப் புலமைத் தேர்வு மதிப்பெண்கள் அவசியமில்லை.
- விண்ணப்பிக்கும் ஆண்டின் டிசம்பர் 31ஆம் தேதி பதினாறு வயது பூர்த்தியாகியிருக்க வேண்டும்.

பயிற்றுவிக்கும் மொழி: ஆங்கிலம்.

கிர்கிஸ்தான் மருத்துவப் பல்கலைக்கழகங்கள் அங்கீகாரம் பெற்றவை: NMC மற்றும் WHO.

படிப்புக் காலம்: ஐந்து ஆண்டுகள் மற்றும் ஒரு வருடப் பயிற்சியுடன் ஆறு ஆண்டுகள்.

ஆறு ஆண்டுகள் மொத்தக் கட்டணம்: பல்கலைக்கழகங்களைப் பொறுத்து பதினைந்து லட்சத்திலிருந்து இருபத்தைந்து லட்சம் வரை.

ஹாஸ்டல் மற்றும் உணவு: தோராயிரமாக மாதம் ரூ. 25000/-.

கிர்கிஸ்தான் மருத்துவப் பல்கலைக்கழகங்கள் மற்றும் கல்லூரிகள்:

- Asian Medical Institute https://asmi.edu.kg
- I.K Akhunbaev Kyrgyz Medical Academy https://www.kgma.kg
- International University of Kyrgyztan https://imu.edu.kg
- Jalalabad State University https://www.jasu.kg
- Kyrgyz Russian Slavic University https://krsu.edu.kg
- Kyrgyz State Medical Academy https://www.kgmakg
- Osh State University https://oshmed.edu.kg

கல்விக் கட்டணம் மற்றும் இதர செலவுகள் இம்மூன்று நாடுகளிலும் குறைவு. இந்த நாடுகளில் மாணவர்கள் அதிக அளவில் கிர்கிஸ்தானில் மருத்துவம் பயில்கிறார்கள். உஸ்பெகிஸ்தானில் குறைந்த அளவு மாணவர்கள் மருத்துவம் பயில்கிறார்கள்.

இந்நாடுகளில் செலவு குறைவு என்றாலும் ரஷ்யா மற்றும் கஜகஸ்தான் போல பாதுகாப்பான நாடுகள் அல்ல. வெளிநாட்டு மாணவர்களிடம் திருட்டு மற்றும் குற்றச் சம்பவங்கள் அதிகரிக்கின்றன. இந்த மூன்று நாடுகளும் இந்தியாவுடன் நல்லுறவு வைத்திருகின்றன. அதனால் பெரியதாக பயப்படவேண்டியதில்லை. ஆனால் வெளிநாட்டு மாணவர்கள் இருக்கும் பகுதிகளில் சிறு குற்றங்கள் நடக்கின்றன.

தேசிய மருத்துவ ஆணையம் சமீபத்திய ஆலோசனையில், புதிதாகத் திறக்கப்பட்ட பல பல்கலைக்கழகங்கள் வெளிநாட்டு மாணவர்களைச் சேர்க்கத் தேவையான சர்வதேச விதிமுறைகளுக்கு முரணான தொடக்க நாளிலிருந்தே வெளிநாட்டு மாணவர்களை ஏற்றுக்கொள்கின்றன என்று கூறியிருக்கிறது. எனவே மாணவர்கள் தங்களுக்கு விருப்பமான கல்லூரியைத் தேர்ந்தெடுப்பதில் கவனமாக இருக்க வேண்டும்.

13. பெலாரஸ்

இந்திய மாணவர்களின் மருத்துவ இளங்கலை படிப்புக்கு சிறந்த நாடுகளின் பட்டியலில் முதல் மூன்று இடங்களில் பெலாரஸ் இருக்கிறது. மிகக் குறைந்த கல்விக் கட்டணத்தில் நவீன வசதிகளுடன் கூடிய தரமான மருத்துவக் கல்வியை வழங்குகின்றன பெலாரஸ் நாட்டு பல்கலைக்கழகங்கள் மற்றும் கல்லூரிகள்.

பெலாரஸ் குடியரசு என்று அதிகாரபூர்வமாக அழைக்கப்படும் பெலாரஸ் தெற்கு ஐரோப்பாவில் அமைந்துள்ள நாடு. இந்நாட்டின் கிழக்கு மற்றும் வடக்கில் ரஷ்ய நாட்டின் எல்லைகள் அமைந்துள்ளன. தெற்கில் உக்ரைன் மற்றும் மேற்குப் புறம் போலாந்தும் உள்ளன. வடமேற்குப் பகுதியில் உள்ள சிறிய எல்லையை லிதுவேனியாவும் லாத்வியாவும் அடைத்துக் கொண்டுள்ளன. இந்தியாவின் கேரள மாநிலம் போல மலைகளும், ஆறுகளும் மற்றும் ஏரிகளும், வனங்களும் கடலும் அமையப் பெற்ற நாடு பெலாரஸ்.

பெலாரஸ் மருத்துவப் பல்கலைக்கழகங்கள் மற்றும் கல்லூரிகள் சர்வதேச அளவில் புகழ் பெற்றவை. வெளிநாட்டில் மருத்துவம் படித்த மாணவர்கள் இந்தியாவில் எழுத வேண்டிய ஸ்கிரீனிங் தேர்வில் பெலாரஸில் மருத்துவம் படித்த அதிக மாணவர்கள் முதல் முயற்சியிலேயே வெற்றி பெறுகிறார்கள்.

பெலாரஸ் தலைநகரம்: *மின்ஸ்க் (Minsk)*

பெலாரஸில் ஐந்து சர்வதேச விமான நிலையங்கள் உள்ளன.

முக்கிய விமான நிலையம்: *மின்ஸ்க் தேசிய விமான நிலையம்.*

பயண நேரம் தோராயமாக ஏழு மணி நேரங்கள். விமானப் பயணச் சீட்டு முன்பதிவு செய்வதைப் பொறுத்து விமானக் கட்டணம் இருபதாயிரம் முதல் ஐம்பதாயிரம் வரை ஆகும்.

கடந்த இரண்டு ஆண்டுகளாக இந்திய மாணவர்கள் மருத்துவ இளங்கலை பட்டப்படிப்புக்கு பெலாரஸ் செல்வது அதிகரித்துள்ளது. தற்போது ஆயிரத்தி ஐநூறு இந்திய மாணவர்கள் பெலாரஸில் மருத்துவம் பயில்கிறார்கள். ஆனால் தமிழக மாணவர்கள் அதிகம் அந்நாட்டிற்குச் செல்வதில்லை. குறைந்த செலவில் தரமான மருத்துவப் பட்டம் பெற பெலாரஸ் நாட்டை தமிழக மாணவர்கள் தேர்ந்தெடுக்கலாம்.

அடிப்படைத் தகுதிகள்:

- *பன்னிரண்டாம் வகுப்பில் இயற்பியல், வேதியல் மற்றும் உயிரியல் பாடங்கள் தேர்ந்தெடுத்து 50% சதவிகித மதிப்பெண்கள் பெற்றிருக்க வேண்டும்.*
- *நீட் தேர்வில் குறைந்தது 60% பெற்றிருக்க வேண்டும்.*
- *ஆங்கிலம் சரளமாக பேச மற்றும் எழுதத் தெரிந்திருக்க வேண்டும். ஆனால் IELTS, TOFEL போன்ற மொழிப் புலமைத் தேர்வு மதிப்பெண்கள் அவசியமில்லை. அனால் சரளமாக ஆங்கிலம் பேசவும் எழுதவும் தெரிந்திருக்க வேண்டும்.*
- *விண்ணப்பிக்கும் ஆண்டின் டிசம்பர் 31ஆம் தேதி பதினாறு வயது பூர்த்தியாகியிருக்க வேண்டும்.*

பயிற்றுவிக்கும் மொழி: *ஆங்கிலம்.*

பெலாரஸ் மருத்துவப் பல்கலைக்கழகங்கள் அங்கீகாரம் பெற்றவை: *NMC, WHO, FAIMER, WFME மற்றும் ECFMG.*

படிப்புக் காலம்: *ஐந்து ஆண்டுகள் மற்றும் ஒரு வருடப் பயிற்சியுடன் ஆறு ஆண்டுகள்.*

கல்விக் கட்டணம்: மொத்தப் படிப்புக்கும் இருபத்தைந்து லட்சம் முதல் அறுபது லட்சம் வரை பல்கலைக்கழகம் மற்றும் கல்லூரிகளுக்கு ஏற்ப மாறுபடும். இதர செலவுகள் ஆண்டுக்கு ரூபாய் மூன்று லட்சம் செலவாகும்.

ஆன்லைன் நேர்காணல் உண்டு.

பெலாரஸில் நான்கு அந்நாட்டு அரசு மருத்துவப் பல்கலைக்கழகங்கள் உள்ளன.

- Vitebesk State Medical university https://vsmu.by
- Bearusian State Medical University https://eng.bsmu.by
- Gomel State Medical University https://gsmu.by
- Grodno State Medical university https://gtsmu.by

பெலாரஸில் மருத்துவப் படிப்பு ஆங்கில வழிக் கல்வி. ஆனால் பல்கலைக்கழகத்திற்கு வெளியே மக்கள் பெலாரஸ் அல்லது ரஷ்யன் மொழி மட்டுமே பேசுவார்கள். பெலாரஸ் மொழி கற்பதற்கு கொஞ்சம் கடினமானது. அந்நாட்டில் ஆண்டு முழுவதும் குளிர் இருந்து கொண்டே இருக்கும். பெலாரஸில் மருத்துவப் படிப்புக்கு அதிக நேரங்கள் செலவிட வேண்டியிருக்கும். அதனால் பகுதி நேர வேலை பார்த்துக் கொண்டே படிக்க முடியாது.

போர் நடக்கும் உக்ரைன் நாட்டுக்கு அருகில் பெலாரஸ் இருப்பதால் தற்போது சிறிது பதட்டமான நாடாகவே அறியப்படுகிறது. பெலாரஸ் நாடு உக்ரைனை ஆதரிக்கிறது. ஆனால் நேரடி போரில் கலந்து கொள்ளவில்லை. ரஷ்யா - உக்ரைன் போர்ச்சூழல் முடியும் வரை பெலாரஸ் நாட்டில் மருத்துவம் படிக்கச் செல்வதைத் தவிர்ப்பது சிறந்தது.

14. மொரிஷியஸ்

எம்பிபிஎஸ் படிக்க விருப்பப் பட்டியலில் சேர்க்க வேண்டிய நாடுகளில் மொரிஷியஸும் ஒன்று. வெளிநாட்டில் எம்பிபிஎஸ் படித்த மாணவர்களுக்கு இந்தியாவில் நடத்தும் FMGE மருத்துவர் தகுதித்தேர்வில் மொரிஷியசில் மருத்துவக் கல்வி படித்த மாணவர்கள் ஆண்டுதோறும் எண்பத்தியிரண்டு சதவிகிதம் தேர்ச்சி பெறுகிறார்கள்.

மொரிஷியஸ் ஆப்பிரிக்கா கண்டத்தில் உள்ள தனித் தீவு. சுற்றுலாப் பயணிகளை ஈர்க்கக் கூடிய இயற்கை வளங்களும் கடற்கரைகளும் கொண்ட ஒரு அழகான தீவு. சுற்றுலாப் பயணிகள் அதிகம் வருகை தரும் தீவுகளில் ஒன்று. ஐந்து தனித்தனி தீவுகளைக் கொண்டது மொரிஷியஸ்.

மொரிஷியஸ் மருத்துவம் படிப்பது சிறந்தது என்பதற்கான காரணங்கள்:

மொரிஷியஸ் பல்கலைக்கழகங்களில் எம்பிபிஎஸ் படிப்பின் தரம் தொடர்ந்து மேம்பட்டு வருகிறது என்பதை ஆண்டுதோறும் அயல்நாட்டிலிருந்து அங்கு படிக்கச் செல்லும் மாணவர்களுடைய எண்ணிக்கையை வைத்து கணிக்கலாம். மொரிஷியஸில் மருத்துவப் படிப்பு ஆண்டு கட்டணம் அதிகம் என்றாலும் மாணவர்களின் மதிப்பெண்கள் அடிப்படையில் உதவித் தொகை வழங்குகிறது

அப்பல்கலைக்கழகங்கள். அதனால் நன்றாகப் படிக்கும் மாணவர்களுக்கு அடுத்தடுத்த ஆண்டுகளில் உதவித் தொகையில் கட்டணங்கள் குறையும். கல்லூரி விடுதிகளில் உணவு இலவசம். உணவுக்கு தனியாகக் பணம் செலவிடத் தேவையில்லை. விடுதிக் கட்டணமும் குறைவு. போட்டி அதிகம் என்பதால் மருத்துவக் கல்லூரியில் இடம் கிடைப்பது கடினம்.

முதன்மை விமான நிலையம்: *சர் சீவுசாகுர் ராம்குலாம் சர்வதேச விமான நிலையம்.*

இந்தியாவிலிருந்து மொரிஷியஸ் பயண நேரம்: *தோராயமாக ஏழு மணி நேரங்கள். விமானப் பயணக் கட்டணம் ரூபாய் இருபத்தியெட்டாயிரம் முதல் துவங்குகிறது.*

அடிப்படைத் தகுதிகள்:

- *பன்னிரண்டாம் வகுப்பில் இயற்பியல், வேதியியல் மற்றும் உயிரியல் பாடங்கள் தேர்ந்தெடுத்து 60% சதவிகித மதிப்பெண்கள் பெற்றிருக்க வேண்டும்.*
- *நீட் தேர்வில் 50% தேர்ச்சி பெற்றிருக்க வேண்டும்.*
- *ஆங்கிலம் பேச மற்றும் எழுதத் தெரிந்திருக்க வேண்டும். ஆனால் IELTS போன்ற மொழிப் புலமைத் தேர்வு மதிப்பெண்கள் அவசியமில்லை.*
- *விண்ணப்பிக்கும் ஆண்டின் டிசம்பர் 31ஆம் தேதி பதினாறு வயது பூர்த்தியாகியிருக்க வேண்டும். அதிகபட்ச வயது இருபத்தைந்து.*
- *படிப்பில் இரண்டு வருடங்கள் இடைவெளி இருந்தால் நிராகரிக்கப்படுவார்கள்.*

பயிற்றுவிக்கும் மொழி: *ஆங்கிலம்.*

மொரீஷியஸ் மருத்துவப் பல்கலைக்கழகங்கள் அங்கீகாரம் பெற்றவை: *WHO மற்றும் NMC.*

படிப்புக் காலம்: *ஐந்து ஆண்டுகள் மற்றும் ஒரு வருடப் பயிற்சியுடன் ஆறு ஆண்டுகள்.*

கல்விக் கட்டணம்: *ஆண்டுக்குத் தோராயமாக நாற்பது முதல் எழுபது லட்சம் வரை.*

பத்துக்கும் மேற்பட்ட நிறைய மருத்துவக் கல்லூரிகள் மொரிஷியஸில் இருந்தாலும் இரண்டு மருத்துவக் கல்லூரிகள் நம்பிக்கையானது. நன்கு விசாரித்துவிட்டுப் பிற கல்லூரிகளில் சேர்வது நல்லது.

- *Anna Medical College and Research Center*

  இணைந்த பல்கலைக்கழகம்: University of Technology https://utm.ac.mu

- *Sir Seewoosagur Ramgoolam Medical College*

  இணைந்த பல்கலைக்கழகம்: University of Mauritious https://uom.ac.mu

மொரிஷியஸ் ஆப்ரிக்கா கண்டத்தில் உள்ள தீவு என்றாலும் மற்ற ஆப்ரிக்க நாடுகளைப் போல இல்லாமல் வளமான செல்வச் சிறப்பான நாடு. மொரீஷியசில் அனைத்து இடங்களிலும் இந்தியர்களைக் காணலாம். அதனால் மொழிப் பிரச்சனை இல்லை. இந்திய உணவுகளும் அதிகம் கிடைக்கின்றன. மொரீஷியசில் மருத்துவப் படிப்பில் குறைகள் என்றால் மற்ற நாடுகளை ஒப்பிடும் போது மொரிஷியஸ் மருத்துவப் பல்கலைக்கழகங்களில் அதிகக் கட்டணம் மற்றும் குறைந்த இருக்கைகளே உள்ளன.

15. போலந்து

மத்திய ஐரோப்பிய நாடுகளில் குறைந்த கல்விக் கட்டணத்தில் செயல்முறைப் பயிற்சிகளுக்கு உயர்தர உபகரண வசதிகளுடன் சர்வதேச மருத்துவப் பாடத்திட்டத்தில் மருத்துவக் கல்வியை வழங்குகிறது போலந்துப் பல்கலைக்கழகங்கள். 2010ஆம் ஆண்டு முதல் இந்திய மாணவர்கள் மருத்துவப் படிப்புக்கு போலந்து நாட்டிற்குப் படையெடுக்கிறார்கள். இந்திய மாணவர்களுக்கு இந்தியாவில் மருத்துவப் படிப்பு பயில்வதை விட போலந்தில் பயில்வதை அதிகம் விரும்புகிறார்கள். உலகெங்கிலும் இருந்து ஆண்டுக்கு சுமார் ஏழாயிரம் மாணவர்கள் மருத்துவம் படிக்க போலந்து செல்கிறார்கள். போலந்துப் பல்கலைக்கழகங்களில் மருத்துவப் படிப்பில் சேர கடினமான நுழைவுத் தேர்வுகளோ சேர்க்கை விதிமுறைகளோ இல்லை.

போலந்து பொருளாதாரத்தில் வளர்ந்த மத்திய ஐரோப்பாவில் உள்ள நாடு. உள்நாட்டு உற்பத்தியில் ஐரோப்பிய கண்டத்தில் ஆறாவது பெரிய நாடாக போலந்து உள்ளது. தனிமனிதப் பாதுகாப்பு, உயர்ந்த வாழ்க்கைத்தரம், பல்கலைக்கழகம் வரை இலவசக் கல்வி மற்றும் பொருளாதாரச் சுதந்திரம் பெற்ற நாடு. யூனஸ்க்கோ உலகப் பாரம்பரியத் தளங்கள் பட்டியலில் போலந்து நாட்டு பதினாறு தளங்கள் உள்ளன. அவற்றில் பதினைந்து கலாச்சாரப் பாரம்பரியமிக்கவை. போலந்து நாட்டின் பெரும்பான்மையான பகுதிகள் நிலப்பரப்பைக் கொண்டிருந்தாலும்

ஆறுகள், ஏரிகள், மலைகள், காடுகள், கடற்கரை மற்றும் தீவுகள் என அனைத்து இயற்கை வளங்களும் கொண்டுள்ளன போலந்து.

தலைநகரம்: வார்சா *(Warsaw)*

விமான நிலையங்கள்: போலந்து நாட்டில் பதினைந்து விமான நிலையங்கள் உள்ளன.

முக்கிய விமான நிலையம்: வார்சா சாபின் சர்வதேச விமான நிலையம்.

விமானப் பயணக் கட்டணம்: ரூபாய் அறுபதாயிரம் முதல் தொடங்குகிறது. எட்டு முதல் பன்னிரண்டு மணி நேரங்கள் வரை விமானத்தைப் பொறுத்து பயண நேரம்.

இந்திய எம்பிபிஎஸ் படிப்பு போலந்தில் எம்டி.

அடிப்படைத் தகுதிகள்:

- பன்னிரண்டாம் வகுப்பில் இயற்பியல், வேதியியல் மற்றும் உயிரியல் பாடங்கள் தேர்ந்தெடுத்து பொதுப் பிரிவினர் 80% சதவிகித மதிப்பெண்கள் பெற்றிருக்க வேண்டும்.
- நீட் தேர்வில் தேர்ச்சி பெற்றிருக்க வேண்டும்.
- விண்ணப்பிக்கும் ஆண்டின் டிசம்பர் 31ஆம் தேதி பதினாறு வயது பூர்த்தியாகியிருக்க வேண்டும். அதிகபட்ச வயது இருபத்தைந்து.

பயிற்றுவிக்கும் மொழி: ஆங்கிலம்.

போலந்து மருத்துவப் பல்கலைக்கழகங்கள் அங்கீகாரம் பெற்றவை: *NMC, FAIMER, WFME* மற்றும் *ECFMG.*

படிப்புக் காலம்: ஐந்து ஆண்டுகள் மருத்துவப் படிப்பு மற்றும் ஓராண்டு பயிற்சியுடன் சேர்த்து ஆறு ஆண்டுகள்.

கல்விக் கட்டணம்: தேர்ந்தெடுக்கும் பல்கலைக்கழகம் மற்றும் பெறும் கல்வி உதவித் தொகை பொறுத்து அறுபது லட்சத்திலிருந்து எழுபது லட்சம் வரை செலவாகும்.

உணவு மற்றும் தங்குமிடச் செலவு: பல்கலைக்கழகம் மற்றும் நகரத்தைப் பொறுத்து ஆண்டுக்கு ஏறத்தாழ ரூபாய் ஐந்து முதல் ஆறு லட்சம் வரை செலவாகும்.

உதவித் தொகை: *கல்வி உதவித் தொகை பெரும்பாலான போலந்துப் பல்கலைக்கழகங்கள் அளிப்பதில்லை. சில பல்கலைக்கழகங்கள் மாணவர்களுடைய தகுதியின் அடிப்படையில் வழங்குகின்றன.*

தேசிய மருத்துவ ஆணையம் அங்கீகரித்த சிறந்த போலந்துப் பல்கலைக்கழகங்கள்:

- Collegium Medicum Jagiellonian University https://medschool.uj.edu.pl
- Medical University Of Lodz https://en.umed.pl
- Medical University of Lubin https://umlub.pl
- Medical University of Wroclaw https://en.umw.edu.pl
- Medical University of Gdansk https://mug.edu.pl
- University of Warmia and Mazury https://wl.uwm.edu.pl
- Medical University of Warsaw https://www.wum.edu.pl

போலந்து மருத்துவப் பல்கலைக்கழகங்களில் பாடத்திட்டங்கள் ஆங்கிலத்தில் இருந்தாலும் மற்ற தகவல் தொடர்புகளுக்கு போலிஷ் மொழி கற்கப் பரிந்துரைக்கும். சிறிது கடினமான போலிஷ் மொழியைக் கற்க ஓராண்டுகளாகும். மருத்துவப் பயிற்சிகள் வரையறுக்கப்பட்டவை. உதாரணத்திற்கு வெளிநாட்டு மாணவர்கள் பயிற்சிக் காலத்தில் நோயாளிகளைத் தொடக் கூடாது. செயல்முறை வகுப்புகளில் செயற்கை உடற்கூறுகள் மூலம் மட்டுமே கற்றுக்கொள்ள வேண்டும் போன்றவை போலந்து மருத்துவப் பல்கலைக்கழகக் குறைகள்.

16. அமெரிக்கா

மருத்துவராகும் விருப்பம் இருக்கும் அனைவருக்கும் அமெரிக்காவில் மருத்துவம் படிப்பது கனவு. அமெரிக்காவில் மருத்துவம் படிக்க முடிவெடுக்கும் முன்பு சில விஷயங்களைக் கவனத்தில் கொள்ள வேண்டும். அமெரிக்காவில், எம்பிபிஎஸ் ஒரு முதுகலைத் திட்டமாகும், இந்தியாவில் இது இளங்கலைப் பட்டப்படிப்பு. *MD* (டாக்டர் ஆஃப் மெடிசின்) படிப்புக்கு சமமான திட்டத்தை முடிக்க சுமார் நான்கு ஆண்டுகள் தேவை. இந்தப் பட்டப்படிப்புக்கு விண்ணப்பிக்க, அமெரிக்கப் பல்கலைக்கழகத்தின் முன் மருத்துவத்தில் *BS* பட்டம் பெற்றிருக்க வேண்டும். இப்பட்டப் படிப்பை அமெரிக்காவில் *Pre Med* என்று அழைக்கிறார்கள். ஒரு மருத்துவர் *MD* முடித்த பிறகு மூன்று முதல் ஐந்து ஆண்டுகள் பயிற்சித் திட்டத்தை முடிக்க வேண்டும். எனவே, அமெரிக்காவில் மருத்துவராகத் தேவையான மொத்த கால அளவு ஏழு முதல் ஒன்பது ஆண்டுகள்.

உலகின் முதல் பத்துத் தரவரிசையில் உள்ள பெரும்பாலான மருத்துவப் பல்கலைகழகங்கள் அமெரிக்காவில் உள்ளன. அமெரிக்காவில் கல்வியைப் பொறுத்த வரையில், நடைமுறைப் பயிற்சிக்கு அதிக முக்கியத்துவம் கொடுக்கப்படுகிறது, மேலும் பெரும்பாலான பல்கலைக்கழகங்கள் இப்போது வகுப்பறைப் பாடங்களைக் காட்டிலும் நடைமுறைப் பயிற்சி என்ற கருத்தை

ஏற்றுக்கொள்கின்றன. ஒரு வளர்ந்த நாடாக, அமெரிக்கா தனது கல்வி முறைக்கு வரும்போது பெரும்பாலான நாடுகளுக்கு எப்போதும் அளவுகோலை அமைத்துள்ளது.

தி யு.எஸ் அல்லது யு.எஸ்.ஏ என அழைக்கப்படும், தி யுனைடெட் ஸ்டேட்ஸ் ஆப் அமெரிக்கா வட அமெரிக்காவில் உள்ள ஐம்பது மாநிலங்களைக் கொண்ட ஒரு கூட்டாட்சி குடியரசு ஆகும். கூடுதலாக, மத்திய அட்சரேகையின் நாற்பத்தியெட்டு மாநிலங்களுக்கு, அமெரிக்கா வட அமெரிக்காவின் வடமேற்கு முனையில் அமைந்துள்ள அலாஸ்காவையும், பசிபிக் பெருங்கடலின் நடுவில் உள்ள ஹவாய் தீவு மாநிலத்தையும் கொண்டுள்ளது. அமெரிக்கா மிகவும் வளர்ந்த நாடுகளில் ஒன்றாகும்.

அமெரிக்கா மக்கள் தொகை அதிகமுள்ள நாடு. ஆனால் பெரும்பாலான பகுதிகளில் மக்கள் அடர்த்தி மிகவும் குறைவாக உள்ளது. வெவ்வேறு கலாச்சாரங்கள் கொண்ட மக்கள் நாட்டில் நல்லிணக்கத்துடன் வாழ்கிறார்கள், தங்கள் குடும்பங்களுக்கும் தங்களுக்கும் சிறந்த எதிர்காலத்தை உருவாக்குகிறார்கள்.

அமெரிக்காவில் மருத்துவப் படிப்பு படித்தால் சர்வதேச வாய்ப்புகள் சுலபமாகக் கிடைக்கும். உலக நாடுகள் அனைத்திலும் அங்கீகாரம் மற்றும் வாய்ப்புகளை எளிதில் பெறலாம். அமெரிக்காவில் மருத்துவ முதுகலை பட்டம் உலக நாடுகளின் மருத்துவர்களுடைய கனவு. அமெரிக்காவில் இளங்கலை மருத்துவப் படிப்பு படித்தால் மருத்துவ முதுகலைப் படிப்புக்கு நுழைவுத் தேர்வு முதல் இரண்டு கட்டத்தில் தேர்ச்சி அடைந்தது போல. நேரடியாக மூன்றாம் கட்டத் தேர்வு எழுதலாம்.

வேகமான மற்றும் பரபரப்பான நாடுகளில் ஒன்றாகும். மதுரையை தூங்கா நகரம் என்பது போல அமெரிக்கா உண்மையிலேயே ஒருபோதும் தூங்காத நாடு.

அமெரிக்காவின் முக்கிய விமான நிலையங்கள்: ஹார்ட்ஸ்பீல்டு-ஜாக்சன் அட்லாண்டா சர்வதேச விமான நிலையம் *(Harts-field-Jackson Atlanta International Airport)*. இது அமெரிக்காவில் மட்டுமல்ல உலக அளவில் பரபரப்பான ஒரு விமான நிலையம்.

டல்லாஸ்/போர்ட் ஒர்த் சர்வதேச விமான நிலையம் *(Dallas/ Fort Worth International Airport)* மற்றும் டென்வர் சர்வதேச

விமான நிலையம் (Denver International Airport) அமெரிக்காவின் முக்கிய விமான நிலையங்கள். அமெரிக்காவில் நாற்பது விமான நிலையங்கள் உள்ளன.

தென்னிந்தியாவிலிருந்து அமெரிக்காவுக்கு குறைந்தபட்ச விமானப் பயணக் கட்டணம் ஒரு லட்சம். சென்னையிலிருந்து அமெரிக்காவுக்கு நேரடி சேவை இல்லை. மற்ற நகரங்களிலிருந்து நேரடிப் பயணச் சேவை குறைவாக உள்ளன. இணைப்பு விமானங்கள் அதிகம் இருக்கின்றன.

அமெரிக்காவில் உள்ள பல்கலைக்கழகங்களில் ஒருவர் படிக்க விரும்பும் மாநிலத்தைப் பொறுத்து பல்வேறு பயணச் செலவுகள் மாறும். நியூயார்க் மற்றும் கலிபோர்னியா போன்ற பெருநகரங்களில் நகரங்களை இணைக்கும் மெட்ரோ அமைப்புகள் மற்றும் மையப் பாதைகள் உள்ளன, சிறிய நகரங்களில் பேருந்துகள் மற்றும் டாக்சிகள் உள்ளன. வளாகத்தில் தங்குபவர்கள் எளிதாக வளாகத்திற்கு நடந்து செல்லலாம். பேருந்துகள் மற்றும் இரயில்களுக்கான பாஸ்கள் அனைவருக்கும் கிடைக்கின்றன.

அடிப்படைத் தகுதிகள்:

- பன்னிரண்டாம் வகுப்பில் இயற்பியல், வேதியல் மற்றும் உயிரியல் பாடங்கள் தேர்ந்தெடுத்து பொதுப் பிரிவினர் 50% சதவிகித மதிப்பெண்கள் பெற்றிருக்க வேண்டும். இதரப் பிரிவினர் 40% பெற்றிருக்க வேண்டும்.
- நீட் தேர்வில் தேர்ச்சி பெற்றிருக்க வேண்டும்.
- ஆங்கில மொழிப் புலமை IELTS தேர்வில் 6.5 மதிப்பெண்கள் அல்லது TOFEL தேர்வில் 80% மதிப்பெண்கள் பெற்றிருக்க வேண்டும்.
- மேற்கத்திய நாடுகளில் மருத்துவம் படிக்க நடத்தப்படும் MCAT நுழைவுத் தேர்வில் தேர்ச்சி பெற்றிருக்க வேண்டும்.
- விண்ணப்பிக்கும் ஆண்டின் டிசம்பர் 31ஆம் தேதி பதினாறு வயது பூர்த்தியாகியிருக்க வேண்டும். அதிகபட்ச வயது இருபத்தைந்து.

பயிற்றுவிக்கும் மொழி: ஆங்கிலம்.

அமெரிக்க மருத்துவப் பல்கலைக்கழகங்கள் அங்கீகாரம் பெற்றவை: *WHO மற்றும் NMC.*

படிப்புக் காலம்: மருத்துவப் படிப்பு 4.5 ஆண்டுகள் மற்றும் ஓராண்டு பயிற்சியுடன் சேர்த்து அதிகபட்சம் 5.5 ஆண்டுகள். எம்டி படிப்பு முன்பான *Pre-Med Programme* என்று அழைக்கப்படும் BS இரண்டாண்டுகள்.

கல்விக் கட்டணம்: தேர்ந்தெடுக்கும் பல்கலைக்கழகம் மற்றும் பெறும் கல்வி உதவித் தொகை பொறுத்து எண்பது லட்சத்திலிருந்து இரண்டரை கோடி வரை செலவாகும்.

உணவு மற்றும் தங்குமிடச் செலவுகள்: பல்கலைக்கழகம் மற்றும் நகரத்தைப் பொறுத்து ஆண்டுக்கு ஏறத்தாழ பத்து முதல் பதினைந்து லட்சம் வரை செலவாகும்.

உதவித் தொகை: மாணவர் உதவித்தொகை அமெரிக்கப் பல்கலைக்கழகங்கள் நிதி உதவியாக வழங்குகின்றன. ஸ்டான்போர்ட் மற்றும் ஹார்வர்டு ஆகியவை மாணவர்களுக்கு கல்விக் கட்டணம் இல்லாத வகையில் உதவித்தொகையை வழங்குகின்றன. மாணவர்கள் வீட்டுமனைக்கு மட்டுமே பணம் செலுத்த வேண்டும். உதவித்தொகை மாணவர்களுக்கு ஜான் ஹாப்கின்ஸ் பல்கலைக்கழகத்தில் விடுதிக் கட்டணத்தில் இருந்து விலக்கு அளிக்கப்படுகிறது. அமெரிக்க மருத்துவ தொழில்நுட்ப வல்லுநர்கள் (AMT), அசோசியேஷன் ஆஃப் ஸ்கூல்ஸ் ஆஃப் அலிட் ஹெல்த் ப்ரொஃபெஷன்ஸ் மற்றும் கேஸில் கிளை போன்ற உதவித்தொகை திட்டங்களை வழங்கும் நிறுவனங்கள், ஸ்காலர்ஷிப் மாணவர்களுக்கு ஒரு குறிப்பிட்ட அளவு கட்டணக் குறைப்பை வழங்குகின்றன.

அமெரிக்காவில் கல்விக்கட்டணம் மற்றும் உணவு தங்குமிடச் செலவுகள் அதிகம். சேர்க்கை கடினமான விதிமுறைகள். மாறுபட்ட கலாச்சாரம். பருவநிலை மாறுபாடு, புதிய கலாச்சாரத்தை ஏற்றுக் கொள்ளும் மனநிலை ஆகியவை அமெரிக்கப் பல்கலைக்கழகங்களில் பயிலும் போது எதிர்கொள்ளும் குறைபாடுகள்.

அமெரிக்காவில் நூற்று ஐம்பத்தைந்துக்கும் மேற்பட்ட மருத்துவப் பல்கலைக்கழகங்கள் மற்றும் கல்லூரிகள் உள்ளன. அமெரிக்காவில் மருத்துவக் கல்லூரிகளை மெடிக்கல் ஸ்கூல் என்று அழைக்கிறார்கள்.

அமெரிக்காவின் முக்கியமான மருத்துவப் பல்கலைக்கழகங்கள்:

- Harward University http://harward.edu
- John Hopkins School of Medicine http://jhu.edu
- University of Pennsylvania Perelman School of Medicine http://www.med.upenn.edu
- New York University http://www.nyu.edu
- Stanford University School of Medicine http://med.sanford.edu
- Columbia Vagelos College of Physicians and Surgeons http://www.vagelos.columbia.edu
- Mayo Clinic Alix School of Medicine http://college.mayo.edu
- UCLA David Geffen School of Medicine http://medschool.ucla.edu
- UCSF School of Medicine http://medschool,ucsf.edu
- Washington University http://wsu.edu

அமெரிக்காவில் மருத்துவக் கல்லூரியில் சேர சர்வதேச மருத்துவ நுழைவுத் தேர்வு *MCAT* எழுத வேண்டும். இது எட்டு மணி நேர கடினமான தேர்வு. *MCAT*, மேல்நிலைப் பள்ளி, *Pre-Med BS* மதிப்பெண்கள் மற்றும் நேர்காணல் போன்றவற்றை அடிப்படையாக வைத்து அமெரிக்க மருத்துவப் பல்கலைக்கழகங்கள் மாணவரைத் தேர்ந்தெடுக்கும்.

அமெரிக்காவில் மருத்துவம் படிக்க மாணவர்கள் எதிர்கொள்ள வேண்டிய பிரச்சனைகள் சில உள்ளன. அமெரிக்காவில் கல்விக் கட்டணமும் இதர செலவுகளும் மிகவும் அதிகம். கல்வி உதவித் தொகை அல்லது மருத்துவ உதவியாளர் வாய்ப்பு பெற்றால் செலவுகளைச் சமாளிக்கலாம். நுழைவுத் தேர்வு , கலந்தாய்வு போன்றவை நீண்ட காலச் செயல்பாடுகளாக இருக்கும். மாணவர் விசாவுக்கு மூன்று மாதங்கள் முன்பே விண்ணப்பித்து நேர்காணலுக்குத் தயாராக வேண்டும். பல்கலைக்கழக விடுதியில் அமெரிக்க மாணவர்களுக்கு முன்னுரிமை கொடுப்பார்கள். அதன் பிறகே வெளிநாட்டு மாணவர்களுக்கு விடுதி அறை கிடைக்கும் வாய்ப்புகள் உள்ளன.

17. கனடா

கனடாவில் எம்பிபிஎஸ் படிப்பு டாக்டர் ஆஃப் மெடிசின் என்று அழைக்கப்படுகிறது. பிற மருத்துவ இளங்கலை பட்டப்படிப்புகள் இளங்கலை மருத்துவ அறிவியல் *(Bachelor of Medical Science)* என்று அழைக்கப்படுகின்றன. கனடாவில், எம்பிபிஎஸ் என்பது மூன்று முதல் நான்கு வருட பட்டப்படிப்பாகும், மேலும் பொது மருத்துவம், பல் மருத்துவம், நர்சிங், பார்மசி மற்றும் பிற துறைகளில் மருத்துவப் பட்டங்களும் உள்ளன. நீங்கள் ஒரு சர்வதேச மருத்துவ மாணவர் *(IMS)* அல்லது சர்வதேச மருத்துவ பட்டதாரியாக *(IMG)* கனடாவில் மருத்துவப் பயிற்சி செய்ய விரும்பினால், நீங்கள் கனடாவின் மருத்துவ கவுன்சிலால் *(MCC)* மதிப்பீடு செய்யப்பட வேண்டும். *MCC* தரவுத்தளத்தில் அங்கீகரிக்கப்பட்ட பல்கலைக்கழகத்தில் தேர்ச்சி பெற்ற பட்டதாரி மருத்துவர்களுக்கு கனடா மருத்துவ கவுன்சிலின் *(LMCC)* உரிமம் வழங்கப்படுகிறது. சர்வதேச அளவில் சிறந்த மருத்துவக் கல்லூரிகள் கனடாவில் உள்ளன.

ரஷ்யாவிற்கு அடுத்து கனடா உலகின் இரண்டாவது மிகப் பெரிய நாடு. வட அமெரிக்க கண்டத்தின் மொத்தப் பரப்பளவில் ஐந்தில் இருபங்கை கனடா வைத்திருக்கிறது. ஆனால் மக்கள் தொகைக் அளவில் கனடா குறைந்த மக்கள் தொகை கொண்ட நாடுகளின் பட்டியலில் உள்ளது. உலகெங்கிலும் இருந்து குடியேறியவர்களைக் கொண்டு கனடா ஒரு பன்முகக் கலாச்சாரத்தைக் கொண்டுள்ளது. ஆங்கிலம் மற்றும் பிரெஞ்சு என இருமொழிகளை அதிகாரபூர்வ

மொழிகளாகக் கொண்டுள்ளது கனடா.

தலைநகரம்: ஒட்டாவா.

கனடாவின் முதன்மை விமான நிலையங்கள்:

டொராண்டோ பியர்சன் சர்வதேச விமான நிலையம் *(Toronto Pearson International Airport)*, ஒட்டாவா மெக்டொனால்ட்-கார்டியர் சர்வதேச விமான நிலையம் *(Ottawa Mcdonald-Cartier International Airport)*, மாண்ட்ரியல் பேரே எலியட் த்ருடா சர்வதேச விமான நிலையம் *(Montreal Pierre Elliot Trudeau International Airport)*, கால்கரி சர்வதேச விமான நிலையம் *(Calgary International Airport)*.

விமானப் பயண நேரம் தோராயமாக பதினைந்து மணி நேரங்கள். சென்னையிலிருந்து கனடா ஒரு முறை செல்ல விமான பயணக் கட்டணம் ஒரு லட்சத்திலிருந்து ஒன்றரை லட்சம் வரை செலவாகும்.

கனடாவில் எம்பிபிஎஸ் நன்மைகள்:

2020ஆம் ஆண்டு முதல் 2028ஆம் ஆண்டு வரை கனடாவில் ஏறத்தாழ ஐம்பதாயிரம் மருத்துவர்கள் தேவைப்படுவார்கள். ஆனால் இருபதாயிரம் மருத்துவர்களை மட்டுமே நிரப்ப முடியும் என்று எதிர்பார்க்கப்படுகிறது. அதனால் கனடாவில் மருத்துவம் படிப்பவர்களுக்கு கனடாவிலேயே வேலை வாய்ப்புக்கு அதிக வாய்ப்புகள் இருக்கின்றன.

கனடா பல்கலைக்கழக மருத்துவர் பட்டம் உலகளவில் பிரபலமானது. அனுபவமிக்க திறமையான விரிவுரையாளர்கள், அதிநவீன ஆய்வகங்கள், பாடப்புத்தகங்கள், குறிப்புகள், பருவ இதழ்கள், இதர அனைத்துத் தலைப்புகளில் புத்தகங்கள் கொண்ட நூலகங்கள் அனைத்து பல்கலைக்கழகங்களிலும் உள்ளன.

கனடாவில் மருத்துவம் படித்த இந்திய மாணவர்கள் இந்தியாவில் பயிற்சி செய்ய MCI நடத்தும் FMGE தேர்வு எழுதத் தேவையில்லை.

அடிப்படைத் தகுதிகள்:

- பன்னிரண்டாம் வகுப்பில் இயற்பியல், வேதியல் மற்றும் உயிரியல் பாடங்கள் தேர்ந்தெடுத்து 60% சதவிகித மதிப்பெண்கள் பெற்றிருக்க வேண்டும்.

- *நீட் தேர்வில் தேர்ச்சி பெற்றிருக்க வேண்டும்.*
- *ஆங்கில மொழிப் புலமை IELTS தேர்வில் 6.5 மதிப்பெண்கள் அல்லது TOFEL தேர்வில் 80% மதிப்பெண்கள் பெற்றிருக்க வேண்டும்.*
- *மேற்கத்திய நாடுகளில் மருத்துவம் படிக்க நடத்தப்படும் MCAT நுழைவுத் தேர்வில் தேர்ச்சி பெற்றிருக்க வேண்டும்.*
- *சில கனடா பல்கலைக்கழகங்கள் தனிப்பட்ட முறையில் அடிப்படை சேர்க்கை நுழைவுத் தேர்வு நடத்துகின்றன. அப்பல்கலைக்கழகக் கல்லூரிகளில் சேர விரும்பினால் அத்தேர்வு எழுத வேண்டும்.*
- *விண்ணப்பிக்கும் ஆண்டின் டிசம்பர் 31ஆம் தேதி பதினாறு வயது பூர்த்தியாகியிருக்க வேண்டும். அதிகபட்ச வயது இருபத்தைந்து.*

பயிற்றுவிக்கும் மொழி: *ஆங்கிலம்.*

கனடா மருத்துவப் பல்கலைக்கழகங்கள் அங்கீகாரம் பெற்றவை: *WHO மற்றும் NMC.*

படிப்புக் காலம்: *மூன்று முதல் நான்கு ஆண்டுகள் வரை பயிற்சியுடன் சேர்த்து அதிகபட்சம் ஐந்து ஆண்டுகள்.*

கல்விக் கட்டணம்: *தேர்ந்தெடுக்கும் பல்கலைக்கழகம் மற்றும் பெறும் கல்வி உதவித் தொகை பொறுத்து எண்பது லட்சத்திலிருந்து இரண்டரை கோடி வரை செலவாகும்.*

உணவு மற்றும் தங்குமிடச் செலவுகள்: *பல்கலைக்கழகம் மற்றும் நகரத்தைப் பொறுத்து ஆண்டுக்கு ஏறத்தாழ பத்து முதல் பதினைந்து லட்சம் வரை செலவாகும்.*

உதவித் தொகை: *கனடாவில் எம்பிபிஎஸ் அல்லது பிற மறுத்துவப் படிப்புகளுக்கு அரசு மற்றும் அரசுசாரா நிறுவனங்கள் நிறைய உதவித் தொகை வழங்குகின்றன. இவை பல்கலைக்கழகங்கள் மூலம் விண்ணப்பித்துப் பெறலாம்.*

கனடாவில் எம்பிபிஎஸ் படிக்கும் இந்திய மாணவர்களுக்கான உதவித் தொகைகள்:

- Ontario Graduate Scholarship
- Vanier Canada Graduate Scholarship
- Canadian Rhodes Scholars Foundation Scholarship
- University of Manitoba Graduate Fellowships
- Dr. John E Bradely Sholarship
- Queena Esdale Memorial Scholarship (பெண்களுக்கு மட்டும்)

அறுபதுக்கும் மேற்பட்ட மருத்துவப் பல்கலைக்கழகங்கள் மற்றும் மருத்துவக் கல்லூரிகள் கனடாவில் உள்ளன.

கனடாவில் முக்கிய மருத்துவப் பல்கலைக்கழகங்கள்:

- University of British Columbia http://www.ubc.ca
- Simon Fraser University http://www.sfu.ca
- University of Alberta http://www.ualberta.ca
- University of Calgary http://www.ucalgary.ca
- University of Ottawa http://www.uottawa.ca
- University of Regina http://www.uregina.ca

கனடாவில் கல்விக் கட்டணமும் பிற உணவு மற்றும் தங்குமிடம் போன்ற செலவுகளும் அதிகம். இரண்டாவது முக்கியப் பிரச்சனை பருவ நிலை. கோடைகாலத்தில் முப்பத்தைந்து டிகிரி செல்சியசும் குளிர்காலத்தில் -25 டிகிரி செல்சியசும் பருவநிலை இருக்கும். சில நாட்களில் -30 டிகிரி செல்சியஸ் வரை செல்லும். மிதமான தட்பவெப்ப நிலை கொண்ட தமிழ்நாடு (இந்தியாவில் வடமாநிலங்களில் தட்பவெப்ப நிலை மாறுபடும்) போன்ற இடங்களில் வாழ்ந்தவர்களுக்கு கனடாவின் பருவநிலையில் வாழ்வது கடினமாக இருக்கும். மக்கள் சுகாதாரப் பாதுகாப்பில் முக்கியத்துவம் கொடுக்கும் நாடுகளில் கனடாவும் ஒன்று. வெளிநாட்டு மாணவர்களுக்கு இலவசமாக சுகாதாரக் காப்பீடு வழங்குகிறது கனடா அரசு. ஆனால் அதை ஒருவருடத்திற்குப் பிறகே பெற இயலும். கனடாவில் நகரங்களில் வாழும் மக்கள் சில தேர்ந்தடுக்கப்பட்ட சேவைகளைப் பெற நீண்ட காலம்

காத்திருக்க வேண்டும்.

தற்போது காலிஸ்தான் இயக்கத் தலைவரை சுட்டுக் கொன்ற சர்வதேச அரசியல் விவகாரத்தில் இந்தியா - கனடா நட்புறவு சுமுகமான முறையில் இல்லை. இப்பிரச்சனை முடிந்த பிறகு கனடாவில் எம்பிபிஎஸ் விண்ணப்பிப்பது சிறந்தது.

முக்கியக் குறிப்பு: *அண்மையில் கனடா அரசின் IRCC எனப்படும் குடிமைப்பணிகள் துறை புதிய விதியை அறிவித்துள்ளது.*

அதன்படி, படிக்கும்போது கனடாவில் வசிக்கத் தேவையான பணத்தின் அளவை தற்போது இருப்பதைவிட இருமடங்காக்கியிருக்கிறது கனடா அரசு. 2000ஆம் ஆண்டு முதல் கனடாவில் தங்கிப் படிக்க விரும்புபவர்கள் வைத்திருக்க வேண்டிய வங்கி இருப்புத் தொகை பத்தாயிரம் டாலர்களாக இருந்தது. 2024ஆம் ஆண்டு ஜனவரி மாதம் முதல் வங்கி இருப்புத் தொகை இருபதாயிரத்து எழுநூறு டாலர்களாக உயர்த்தப்பட்டுள்ளது.

மேலும், படித்துக் கொண்டே பகுதி நேரப் பணிபுரிபவர்கள் ஒரு வாரத்திற்கு இருபது மணி நேரங்கள் மட்டுமே பணிபுரிய அனுமதியளிக்கிறது. படித்து முடித்த பிறகு பதினெட்டு மாதங்கள் பணிபுரியும் விதியை ரத்து செய்திருக்கிறது கனடா அரசு.

2024ஆம் ஆண்டு ஜனவரி மாதம் முதல் இந்த விதிமுறைகள் அமலுக்கு வருகிறது.

18. இங்கிலாந்து

இங்கிலாந்தில் மருத்துவ இளங்கலைப் பட்டப்படிப்பு பயில்வது சர்வதேச அளவில் மிகவும் உயர்வானது. இங்கிலாந்தில் உள்ள மருத்துவப் பல்கலைக்கழகங்கள், மருத்துவத்துக்கான இரண்டாவது மிக உயர்ந்த நோபல் பரிசைப் பெற்றுள்ளன. சர்வதேச மாணவர்கள் இங்கிலாந்தில் மருத்துவம் படிப்பது ஒவ்வொரு ஆண்டும் அதிகரித்து வருகிறது.

இங்கிலாந்தில் உள்ள மருத்துவப் பல்கலைக்கழகங்கள் வழங்கும் கல்வியின் தரம், உலகில் உள்ள வேறு எந்தப் பல்கலைக்கழகத்தையும் விட மிகச் சிறப்பாக உள்ளது. புகழ்பெற்ற மருத்துவ நிபுணர்களில் பெரும்பாலானவர்கள் இங்கிலாந்து மருத்துவப் பல்கலைக்கழகங்களைச் சேர்ந்தவர்கள்.

யுனைட்டட் கிங்டம் என்பது இங்கிலாந்து, ஸ்காட்லாந்து, வேல்ஸ் மற்றும் வடக்கு அயர்லாந்தை உள்ளடக்கிய மேற்கு ஐரோப்பாவில் அமைந்துள்ள கிரேட் பிரிட்டன் உட்பட ஒரு தீவுக்கூட்டத்தை உள்ளடக்கிய ஒரு தீவு நாடாகும். ஒவ்வொரு நாட்டிற்கும் அதன் சொந்த சுயாட்சி நிலை இருந்தாலும், UK என்ற சொல் இந்த நான்கு நாடுகளையும் ஒன்றாகக் குறிக்கிறது. இதில் இங்கிலாந்து உலகின் ஆறாவது மிகப் பெரிய பொருளாதார வல்லரசு நாடு. யுனைட்டட் கிங்டம் அட்லாண்டிக் பெருங்கடல், வட கடல், ஆங்கில கால்வாய் மற்றும் ஐரிஷ் கடல் ஆகியவற்றால் சூழப்பட்டுள்ளது.

இங்கிலாந்தின் முக்கிய விமான நிலையங்கள்: யுனைட்டட் கிங்டம் நாடுகளின் முக்கிய விமான நிலையம் லண்டன் ஹீத்ரூ (London Heathrow). லண்டன் கேட்விக் (London Gatwich) மற்றும் லண்டன் மான்செஸ்டர் (Lomdon Manchester) இதர முக்கிய விமான நிலையங்கள். லண்டனில் மட்டும் ஆறு விமான நிலையங்கள் உள்ளன.

யுனைட்டட் கிங்டம் நாடுகளில் மொத்தம் நாற்பது விமான நிலையங்கள் உள்ளன. சென்னையிலிருந்து இங்கிலாந்துக்கு குறைந்த விமானப் பயணக் கட்டணம் ரூபாய் எழுபதாயிரம். நவம்பர் மாதத்தில் பயணக் கட்டணம் குறைவு.

மற்ற நாடுகளில் இருந்து பட்டம் பெற்றவர்களை விட இங்கிலாந்து எம்பிபிஎஸ் பட்டதாரிகள் அதிக வருவாய் ஈட்டும் திறனைக் கொண்டுள்ளனர். கனடா மற்றும் ஆஸ்திரேலியா போன்ற நாடுகளை விஞ்சி, இங்கிலாந்துப் பல்கலைக்கழகங்களில் பட்டம் பெற்ற மருத்துவர்கள் உலகிலேயே அதிக சம்பளம் வாங்குகிறார்கள். QS செய்திகள் தரவரிசை 2022-23ன் படி, இங்கிலாந்தில் உள்ள நாற்பத்து மூன்று பல்கலைக்கழகங்கள் உலகின் முதல் அறுநூற்று ஐம்பது மருத்துவப் பல்கலைக்கழகங்களில் இடம்பெற்றுள்ளன. இங்கிலாந்தில் மருத்துவம் படித்தவர்களுக்கு வெளிநாட்டில் படித்த மாணவர்கள் இந்தியாவில் எழுதும் FMGE எழுதத் தேவையில்லை.

இங்கிலாந்தில் மருத்துவம் படித்த மாணவர்களுக்கு உலகெங்கிலும் ஆண்டுக்கு சராசரிச் சம்பளம் அறுபது லட்சம்.

அடிப்படைத் தகுதிகள்:

- பன்னிரண்டாம் வகுப்பில் இயற்பியல், வேதியியல் மற்றும் உயிரியல் பாடங்கள் தேர்ந்தெடுத்து பொதுப் பிரிவினர் 80% சதவிகித மதிப்பெண்கள் பெற்றிருக்க வேண்டும்.
- நீட் தேர்வில் தேர்ச்சி பெற்றிருக்க வேண்டும்.
- ஆங்கில மொழிப் புலமை IELTS தேர்வில் 6.5 மதிப்பெண்கள் பெற்றிருக்க வேண்டும்.
- மேற்கத்திய நாடுகளில் மருத்துவம் படிக்க நடத்தப்படும் MCAT, UMAT மற்றும் BMAT நுழைவுத் தேர்வுகளில் தேர்ச்சி பெற்றிருக்க வேண்டும்.

- *விண்ணப்பிக்கும் ஆண்டின் டிசம்பர் 31ஆம் தேதி பதினாறு வயது பூர்த்தியாகியிருக்க வேண்டும். அதிகபட்ச வயது இருபத்தைந்து.*

பயிற்றுவிக்கும் மொழி: *ஆங்கிலம்.*

இங்கிலாந்து மருத்துவப் பல்கலைக்கழகங்கள் அங்கீகாரம் பெற்றவை: *WHO மற்றும் NMC.*

படிப்புக் காலம்: *படிப்பு மற்றும் ஓராண்டு பயிற்சியுடன் சேர்த்து ஐந்து முதல் ஆறு ஆண்டுகள்.*

கல்விக் கட்டணம்: *தேர்ந்தெடுக்கும் பல்கலைக்கழகம் மற்றும் பெறும் கல்வி உதவித் தொகை பொறுத்து எண்பது லட்சத்திலிருந்து ஒரு கோடி ஐம்பது லட்சம் வரை செலவாகும்.*

உணவு மற்றும் தங்குமிடச் செலவுகள்: *பல்கலைக்கழகம் மற்றும் நகரத்தைப் பொறுத்து ஆண்டுக்கு ஏறத்தாழ பத்து முதல் பதினைந்து லட்சம் வரை செலவாகும்.*

உதவித் தொகை: *இங்கிலாந்தில் மருத்துவம் படிக்கும் மாணவர்களுக்கு சர்வதேச மற்றும் இங்கிலாந்து அமைப்புகள் மாணவர்களுடைய கல்வித் தரத்திற்கேற்ப கல்வி உதவித் தொகை வழங்குகின்றன.*

கல்வி உதவித் தொகை வழங்கும் தனியார் மற்றும் உள்நாட்டு அமைப்புகள்: Chevening Scholarship; Global Health Future Leaders Scholarship; Hulk York Medical School International Scholarship; Imperial College Faculty of Medicine Scholarship; Rhodes Scholarship

இங்கிலாந்தில் மருத்துவப் பட்டப்படிப்பின் பெயர் MB ChB அல்லது MB BCh.

பல்கலைக்கழகங்களுக்கேற்ப மாறுபடும்.

இங்கிலாந்தின் முக்கிய மருத்துவப் பல்கலைக்கழகங்கள்:

- University of Oxford http://ox.ac.uk
- University of Cambridge http://cam.ac.uk
- University College London http://ucl.ac.uk

- Imperial College London http://imperial.ac.uk
- King's College London http://kcl.ac.uk
- University of Edinburg http://ed.ac.uk
- University of Manchester http://manchester.ac.uk
- University of Glasgow http://gla.ac.uk
- Newcastle University http://ncl.ac.uk
- Queen Mary University of London http://qmul.ac.uk

இங்கிலாந்தின் கடுமையான கல்விமுறை இந்தியாவில் குறிப்பாக தமிழகத்தில் அதிகக் கண்டிப்பில்லாத பள்ளிகளில் படித்த மாணவர்களுக்கு மிகவும் கடினமாக உணர வைக்கும். மிகக் கண்டிப்பான இங்கிலாந்து கல்லூரிகளின் விதிமுறைகள் இந்திய மாணவர்களுக்குச் சவாலானது. மாணவர்கள் எல்லாவற்றையும் விரைவாகப் புரிந்து கொள்ளும்படி தயாரிக்கப்பட்ட இங்கிலாந்து படிப்பு ஒப்பீட்டளவில் மற்ற நாட்டு படிப்புகளைவிட குறைந்த காலத்தில் படித்து முடிக்க முடியும். இது மாணவர்களின் சுமையை அதிகரிக்கின்றன. அனைத்து மாணவர்களுக்கும் இங்கிலாந்து கல்வி முறையின் தரத்துடன் பொருந்தக் கூடிய திறன் இல்லை. இது அவர்களை பதற்றத்தில் ஆழ்த்தி மனஅழுத்தத்தை அதிகரிக்கச் செய்யும். மாணவர்களையும் பெற்றோர்களையும் பயமுறுத்த இதைச் சொல்லவில்லை. அந்நாட்டு கல்விச் சூழலைச் சொல்கிறோம். விரைவாகச் செயல்படும், வேகமாக கற்கும் திறன் கொண்ட மன உறுதியுள்ள மாணவர்கள் இங்கிலாந்தில் சுலபமாக மருத்துவம் படிக்கலாம்.

19. ஆஸ்திரேலியா

ஆஸ்திரேலியாவில் மருத்துவப் படிப்பு சர்வதேச அளவில் புகழ் பெற்றதும் அதிக வாய்ப்புகளை வழங்குவதும் ஆகும். மருத்துவ மாணவர்களின் கற்றல் சூழலை கூடுதலாக நன்கு அறியப்பட்ட முறையில் வலுப்படுத்தும் வழக்கமான கல்வி முறையுடன் செலயல்முறைக் கல்வியையும் சுவாரஸ்யமான முறையில் கொண்டுள்ளன. உலகின் தலைசிறந்த மருத்துவ நிபுணர்கள், பயிற்சியாளர்கள் மற்றும் மருத்துவர்களை ஆஸ்திரேலியப் பல்கலைக்கழகங்கள் உருவாக்கியுள்ளன. கடந்த ஐந்து ஆண்டுகளாக ஆஸ்திரேலியாவில் மருத்துவர்களுக்கான தேவை தொடர்ந்து அதிகரித்து வருகிறது.

ஆஸ்திரேலியா பசிபிக் மற்றும் இந்திய பெருங்கடல்களுக்கு இடையில் அமைந்துள்ள உலகின் மிகச்சிறிய கண்டம் மற்றும் உலகின் மிகப்பெரிய நாடுகளில் ஒன்றாகும். சமகால ஆஸ்திரேலிய சமூகம் என்பது பல நாடுகளில் இருந்து பெறப்பட்ட பரந்த கலாச்சாரங்களின் வெளிப்பாடு. லாபகரமான மற்றும் அதிநவீன நாட்டில் வாழ விரும்புவோருக்கு ஆஸ்திரேலியா ஒரு சிறந்த நாடு. எளிதான வாழ்க்கை முறைக்கு பெயர் பெற்ற ஆஸ்திரேலியா, வடக்கு ஐரோப்பிய நாடுகளின் செயல்திறன் மற்றும் கடினத்தன்மையை தெற்கு நாடுகளின் நல்வாழ்வுக்கான விழிப்புணர்வுடன் ஒருங்கிணைக்கிறது.

தலைநகரம்: கேன்பெர்ரா.

ஆஸ்திரேலியாவில் ஐந்து சர்வதேச விமான நிலையங்கள் உள்ளன. விமானப் பயண நேரம்: தோராயமாக பதிமூன்று மணி நேரம். சென்னையிலிருந்து ஆஸ்திரேலியாவுக்கு குறைந்தபட்ச விமானப் பயணக் கட்டணம் ரூபாய் ஐம்பதாயிரம்.

ஆஸ்திரேலியாவின் முக்கிய விமான நிலையம்: சிட்னி கிங்ஸ்ஃபோர்ட் சர்வதேச விமான நிலையம்.

அடிப்படைத் தகுதிகள்:

- பன்னிரண்டாம் வகுப்பில் இயற்பியல், வேதியல் மற்றும் உயிரியல் பாடங்கள் தேர்ந்தெடுத்து பொதுப் பிரிவினர் 80% சதவிகித மதிப்பெண்கள் பெற்றிருக்க வேண்டும்.
- நீட் தேர்வில் தேர்ச்சி பெற்றிருக்க வேண்டும்.
- ஆங்கில மொழிப் புலமை *IELTS/TOFEL* தேர்வில் 7.0 மதிப்பெண்கள் பெற்றிருக்க வேண்டும்.
- மேற்கத்திய நாடுகளில் மருத்துவம் படிக்க நடத்தப்படும் *UMAT* நுழைவுத் தேர்வில் தேர்ச்சி பெற்றிருக்க வேண்டும்.
- விண்ணப்பிக்கும் ஆண்டின் டிசம்பர் 31ஆம் தேதி பதினாறு வயது பூர்த்தியாகியிருக்க வேண்டும். அதிகபட்ச வயது இருபத்தைந்து.

ஆஸ்திரேலியாவில் மருத்துவ இளங்கலை பட்டம் பெற்ற மாணவர்கள் இந்தியாவில் மேற்படிப்பு, பயிற்சி பெற *FMGE* தேர்வு எழுதத் தேவையில்லை.

பயிற்றுவிக்கும் மொழி: ஆங்கிலம்.

ஆஸ்திரேலிய மருத்துவப் பல்கலைக்கழகங்கள் அங்கீகாரம் பெற்றவை: *WHO* மற்றும் *NMC*.

படிப்புக் காலம்: படிப்பு மற்றும் ஓராண்டு பயிற்சியுடன் சேர்த்து ஆறு ஆண்டுகள்.

கல்விக் கட்டணம்: தேர்ந்தெடுக்கும் பல்கலைக்கழகம் மற்றும் பெறும் கல்வி உதவித் தொகை பொறுத்து ஐம்பது லட்சத்திலிருந்து ஒரு கோடி ஐம்பது லட்சம் வரை செலவாகும்.

உணவு மற்றும் தங்குமிடச் செலவு: பல்கலைக்கழகம் மற்றும் நகரத்தைப் பொறுத்து ஆண்டுக்கு ஏறத்தாழ பத்து முதல் பதினைந்து லட்சம் வரை செலவாகும்.

உதவித் தொகை: ஆஸ்திரேலியாவில் மருத்துவம் படிக்கும் மாணவர்களுக்கு சர்வதேச மற்றும் ஆஸ்திரேலியா அமைப்புகள் மாணவர்களுடைய கல்வித் தரத்திற்கேற்ப கல்வி உதவித் தொகை வழங்குகின்றன.

கல்வி உதவித் தொகை வழங்கும் தனியார் மற்றும் உள்நாட்டு அமைப்புகள்:

Australia Award Scholarship, Note Dame Scholarship, Tasmanian International Scholarship, Sydney Achievers International Award, LindsayMCWha International Scholarship, ANU-Study Canberra India Scholarship, Monash International merit awards, India Global Leaders Scholarship, DeakinWarrnambool Residential International Scholarships, Destination Australia Scholarships International.

எம்பிபிஎஸ் பட்டப்படிப்பு என்று *Bachelor of Surgery and Bachelor of Medicine (BMed)* ஆஸ்திரேலியப் பல்கலைக்கழகங்கள் வழங்குகின்றன.

ஆஸ்திரேலியாவில் இருபத்தியொரு மருத்துவ பல்கலைக்கழகக் கல்லூரிகள் உள்ளன.

ஆஸ்திரேலியாவின் முக்கிய மருத்துவப் பல்கலைக்கழகங்கள்:

The University of Sydney https://www.sydney.edu.au

Sydney Achievers international awards பத்தாயிரம் ஆஸ்திரேலிய டாலர் கல்வி உதவித் தொகை வழங்குகிறது.

The Australian National University Medical School https://medicalschool.anu.edu.au

ANU-Study Canberra India Scholarship ஆண்டுக்கு பத்தாயிரம் ஆஸ்திரேலிய டாலர் வழங்குகிறது.

Deakin University https://deakin.edu.au

DeakinWarrnambool Residential International Scholarships தங்குமிடச்

செலவில் ஐம்பது சதவிகிதம் வழங்குகிறது. *Destination Australia Scholarships International* ஆண்டுக்கு பதினைந்தாயிரம் ஆஸ்திரேலிய டாலர் வழங்குகிறது.

University of Adelaide https://www.adelaide.edu.au

Lindsay MCWha International Accommodation funding for Indian Students மாணவர்களுடைய தங்கும் விடுதிக் கட்டணத்தில் ஐம்பது சதவிகிதம் உதவித் தொகையாக வழங்குகிறது.

University of Queensland https://www.uq.edu.au

India Global Leaders Scholarship ஐந்தாயிரம் முதல் இருபதாயிரம் ஆஸ்திரேலிய டாலர் வரை வழங்குகிறது.

மேலும் சில முக்கியப் பல்கலைக்கழகங்கள்:

The University of Melbourne https://www.unimelb.edu.au

Flinders University https://www.flinders.edu.au

Bond University https://www.bond.edu.au

குறிப்பு: உதவித் தொகை அனைத்து மாணவர்களுக்கும் அல்ல. தகுதியின் அடிப்படையில் அந்த அமைப்பு தேர்ந்தெடுக்கும் மாணவர்களுக்கு மட்டுமே வழங்கப்படுகிறது.

ஆஸ்திரேலியாவில் மருத்துவப் படித்த பெரும்பாலான இந்திய மாணவர்கள் மீண்டும் தாயகம் திரும்புவதில்லை. அந்நாட்டிலேயே குடியேறிவிடுகிறார்கள்.

உலகில் உயர் வாழ்க்கைத்தர நாடுகளில் ஆஸ்திரேலியா முதன்மையானது. ஆஸ்திரேலியாவில் தங்குமிடம், உணவு போன்ற அடிப்படைச் செலவுகளே மிகவும் அதிகம். பொதுப் போக்குவரத்தும் போதுமான அளவு இல்லை. அவை எளிதில் கிடைக்காது. செலவுகளைக் கருத்தில் கொண்டே நிறைய மாணவர்கள் ஆஸ்திரேலியாவில் பயில்வதைத் தவிர்க்கின்றனர்.

20. இலங்கை

எம்பிபிஎஸ் படிப்புக்கு இந்திய மாணவர்கள் இலங்கையைத் தேர்ந்தெடுப்பதில்லை. அவ்வளவு ஏன்... இலங்கைக்கு அருகில் உள்ள இந்திய மாநிலமான தமிழ்நாட்டிலிருந்தே மாணவர்கள் மருத்துவப் படிப்புக்கு இலங்கை செல்வதில்லை. கன்சல்டன்ஸிகள் இலங்கை மருத்துவப் பல்கலைக்கழகங்களைப் பரிந்துரைக்காதது கூட ஒரு காரணமாக இருக்கலாம். அதனால் மருத்துவப் படிப்புக்கு இலங்கை நாட்டை கடைசியில் குறிப்பிட்டிருக்கிறேன்.

இந்தியாவுக்கு கீழே மிக அருகில் அமைந்துள்ள தீவு நாடு இலங்கை. வளமான கலாச்சாரம் மற்றும் பரம்பர்யத்தைக் கொண்டுள்ள இயற்கை வளம் நிறைந்த நாடு. சர்வதேச அளவில் சுற்றுலாப் பயணிகளை ஈர்க்கும் நாடுகளில் ஒன்று இலங்கை. 95% எழுத்தறிவு பெற்ற நாடு. தமிழகர்கள் உலகம் முழுவதும் இருக்கிறார்கள் என்று படித்திருப்போம். அவர்களில் பெரும்பாலானவர்கள் இலங்கைத் தமிழர்களே.

இலங்கையில் உலகத் தரம் வாய்ந்த இரண்டு மருத்துவப் பல்கலைக்கழகங்கள் உள்ளன. அப்பல்கலைக்கழகங்களில் மருத்துவம் பயில போட்டி அதிகம். நூறு சதவிகித தகுதியின் அடிப்படையிலேயே மருத்துவக் கல்லூரியில் இடம் கிடைக்கும்.

இலங்கையின் தலைநகரம்: கொழும்பு.

இலங்கையில் ஐந்து சர்வதேச விமான நிலையங்கள் உள்ளன.

முதன்மை விமான நிலையம்: பண்டாரநாயகே சர்வதேச விமான நிலையம்.

விமானக் கட்டணம்: இந்திய மதிப்பில் ரூபாய் எட்டாயிரம் முதல் ரூபாய் பதினைந்தாயிரம் வரை.

விமானப் பயண நேரம்: அதிகபட்சம் இரண்டு மணி நேரம்.

அடிப்படைத் தகுதிகள்:

- பன்னிரண்டாம் வகுப்பில் இயற்பியல், வேதியல் மற்றும் உயிரியல் பாடங்கள் தேர்ந்தெடுத்து 60% சதவிகித மதிப்பெண்கள் பெற்றிருக்க வேண்டும்.
- நீட் தேர்வில் 60% மதிப்பெண்கள் பெற்று தேர்ச்சி பெற்றிருக்க வேண்டும்.
- IELTS, TOFEL போன்ற ஆங்கில மொழிப் புலமைத் தேர்வு மதிப்பெண்கள் அவசியமில்லை.
- பள்ளி மேல்நிலைக் கல்வி முடித்து இரண்டு ஆண்டுகளுக்கு மிகாமல் இருக்க வேண்டும்.
- விண்ணப்பிக்கும் ஆண்டின் டிசம்பர் 31ஆம் தேதி பதினாறு வயது பூர்த்தியாகியிருக்க வேண்டும்.

பயிற்றுவிக்கும் மொழி: ஆங்கிலம்.

கல்விக் கட்டணம்: இந்திய மதிப்பில் ஓர் ஆண்டுக்கு ரூபாய் ஐந்து லட்சம்.

உணவு மற்றும் தங்குமிடச் செலவுகள்: ஓர் ஆண்டுக்கு தோராயமாக ரூபாய் ஒரு லட்சம். இந்திய வந்து செல்லும் பயணச் செலவுகள் தனி.

இலங்கை மருத்துவப் பல்கலைக்கழகங்கள் அங்கீகாரம் NMC பெற்றது.

இலங்கையில் இரண்டு முக்கிய மருத்துவப் பல்கலைக்கழகங்கள் உள்ளன.

- University of Kelaniya https://www.kln.ac.lk
- University of Sri Jayewardenepura https://www.sjp.ac.lk

இயற்பியல், வேதியியல் மற்றும் உயிரியல் பாடங்களில் அறுபது சதவிகித மதிப்பெண்கள் எம்பிபிஎஸ் படிப்புக்கு விண்ணப்பிக்கத்

தகுதி வரம்பு என்றாலும் இவ்விரு பல்கலைக்கழகங்களிலும் இடம் கிடைக்க அதிக மதிப்பெண்கள் எடுத்திருக்க வேண்டும். பன்னிரண்டாம் வகுப்பில் *PCB* என்னும் இயற்பியல், வேதியல் மற்றும் உயிரியல் பாடங்களில் தொண்ணூறு சதவிகிதத்திற்கு மேல் மதிப்பெண்கள் பெற்ற இந்தியாவில் அரசு மருத்துவக் கல்லூரிகளில் இடம் கிடைக்காத மாணவர்கள் இந்த இரண்டு இலங்கை பல்கலைக்கழகங்களுக்கு விண்ணப்பிக்கலாம்.

இலங்கையில் மேலும் சில மருத்துவக் கல்லூரிகள் உள்ளன. அவைகளுக்கு தேசிய மருத்துவக் கமிஷன் மற்றும் வேறு எந்த சர்வதேச மருத்துவ அமைப்புகளும் அங்கீகாரம் அளிக்கவில்லை.

தற்போது இலங்கையில் கடினமான பணவீக்கத்தில் இருப்பதால் அனைத்துச் செலவுகளும் இலங்கை பணமதிப்பில் அதிகம். ஆனால் நிலைமை விரைவில் கட்டுக்குள் வந்துவிடும் என்று நம்பப்படுகிறது.

இவை அதிகமான இந்திய மாணவர்கள் வெளிநாடுகளில் மருத்துவம் பயிலும் பல்கலைக்கழகங்கள் மற்றும் மருத்துவக் கல்லூரிகள். தேசிய மருத்துவ ஆணையம் எழுபது நாடுகளில் நானூற்று பதினேழு மருத்துவப் பல்கலைக்கழகங்கள் மற்றும் மருத்துவக் கல்லூரிகளைப் பரிந்துரைத்துள்ளது. அந்த நாடுகளிலும் இந்திய மாணவர்கள் மருத்துவம் பயில்கிறார்கள். ஆனால் ஒற்றை அல்லது இரட்டை இலக்கங்களில் குறைந்த அளவு மாணவர்களே பயில்கிறார்கள்.

புதிய கல்லூரிகள் என்பதாலும், அங்குள்ள பல்கலைக்கழகங்களுடன் இணைந்த மருத்துவமனைகள் பயிற்சி எடுக்க போதிய வசதிகள் குறைவாக இருப்பதாலும் இந்திய மாணவர்கள் மருத்துவம் பயில அந்நாடுகளுக்குச் செல்வது வெகு குறைவு என்பதாலும் ஆபிரிக்க நாடுகளில் உள்ள மருத்துவப் பல்கலைக்கழகங்கள் மற்றும் மருத்துவக் கல்லூரிகளைப் பற்றிக் குறிப்பிடவில்லை.

அமெரிக்கா, இங்கிலாந்து, ஆஸ்திரேலியா, கனடா போன்ற வளர்ச்சியடைந்த மேற்கத்திய நாடுகளில் மருத்துவ இளங்கலை படிக்க எழுத வேண்டிய சர்வதேச நுழைவுத் தேர்வுகளான *UMAT* போன்றவை கடினமானவை. தனியார் மருத்துவக் கல்லூரி ஓராண்டுக் கட்டணத்திற்கு இணையாக அத்தேர்வுகளுக்குப் பயிற்சியளிக்கும் சில மையங்களின் கட்டணங்கள் உள்ளன.

21. விண்ணப்பிக்கும் முறையும் தேவைப்படும் ஆவணங்களும்

விண்ணப்பிக்கும் முறை:

மருத்துவம் படிக்க விரும்பும் நாட்டில் தேர்ந்தெடுத்து வைத்திருக்கும் பல்கலைக்கழகத்தின் இணையதளத்தில் விண்ணப்பிக்க வேண்டும். பல்கலைக்கழகத்தின் இணையதளத்தில் இருக்கும் விண்ணப்பத்தை ஆன்லைன் மூலம் பூர்த்தி செய்ய வேண்டும். கேட்கப்பட்டுள்ள ஆவணங்களை கேட்கப்பட்டுள்ள அளவில் ஸ்கேன் செய்து பதிவேற்ற வேண்டும்.

குறிப்பிட்ட மாணவருடைய விண்ணப்பத்தை அந்த மருத்துவப் பல்கலைக்கழகம் பரிசீலனை செய்து ஏற்றுக் கொண்டால் தேதி நேரம் குறிப்பிட்டு ஆன்லைன் நேர்காணலுக்கு மின்னஞ்ல் அனுப்புவார்கள். நேர்காணலுக்காக இணைப்பையும் மின்னஞ்சலில் இணைத்திருப்பார்கள்.

அதிகபட்சம் முப்பது நாட்களில் விருப்ப அனுமதிக் கடிதம் மின்னஞ்சல் மூலம் அனுப்புவார்கள். மின்னஞ்சலில் வந்த விருப்ப அனுமதிக் கடிதத்தை பத்திரப்படுத்திக் கொள்ளவேண்டும். அடுத்தடுத்த சேர்க்கைச் செயல்பாட்டுக்கு அந்தக் கடிதம் தேவைப்படும்.

விண்ணப்பித்து ஒரு மாதத்திற்கு மேல் எந்த பதிலும் வரவில்லை என்றால் இணையதளத்தில் உள்ள தொடர்பு எண்ணில் பல்கலைக்கழகத்தைத் தொடர்பு கொண்டு விண்ணப்பித்த போது பெறப்பட்ட ஒப்புகை எண்களைக் குறிப்பிட்டு பதில் பெறலாம்.

விருப்ப அனுமதிக் கடிதத்தைக் கொண்டு கல்லூரி அனுமதிக் கட்டணம் ஆன்லைன் மூலம் செலுத்த வேண்டும். அனுமதிக் கடிதத்தை வைத்து அந்நாட்டு தூதரகத்தில் விசாவுக்கு விண்ணப்பிக்க வேண்டும்.

இதுதான் விண்ணப்பிக்கும் முறை. ஒவ்வொரு மருத்துவப் பல்கலைக்கழக இணையதளத்தில் விண்ணப்பிக்கும் பகுதி மற்றும் விண்ணப்பிக்கும் முறைகள் மாறுபடும் என்பதால் விண்ணப்பிக்கும் முறையை வரைபடம் மூலம் விவரிக்க இயலாது.

வெளிநாட்டில் மருத்துவம் படிக்க விரும்பும் வெளிநாட்டுப் பல்கலைக்கழகங்களுக்கு மாணவர்களுடைய பெற்றோர்களே ஆன்லைன் மூலம் விண்ணப்பிக்கலாம். இணையச் செயல்பாட்டு அனுபவமற்ற அல்லது கல்வியறிவு குறைந்த பெற்றோர்கள் இதைப் பற்றி அறிந்த யாராவது ஒருவருடைய துணையுடன் விண்ணப்பிக்கலாம்.

தேவைப்படும் ஆவணங்கள்:

வெளிநாட்டில் எம்பிபிஎஸ் படிக்க தேவைப்படும் ஆவணங்கள். மாணவர்கள் இந்த ஆவணங்களைத் தயாராக வைத்துக் கொள்வது கடைசி நேர பதட்டத்தைத் தவிர்க்க உதவும்.

கன்சல்டன்ஸி மூலம் வெளிநாட்டு மருத்துவப் பல்கலைக்கழகங்களுக்கு முயலும் மாணவர்களுக்கு கன்சல்டன்ஸியே விண்ணப்பித்து விடுவார்கள். குறிப்பிட்ட ஒன்று அல்லது ஒன்றுக்கு மேற்பட்ட நாட்டு மருத்துவப் பல்கலைக்கழகத்துடன் கன்சல்டன்ஸிகள் தொடர்பு வைத்திருப்பார்கள். அதனால் கன்சல்டன்ஸி மூலம் வெளிநாட்டுக்கு மருத்துவம் படிக்கச் செல்வது சுலபமானது.

கன்சல்டன்ஸி மூலம் செல்வதில் ஒரே பிரச்சனை போலி கன்சல்டன்சிகளே அதிகம். விளம்பரங்களை நம்பித் தொடர்பு கொள்ளாமல் ஏற்கெனவே வெளிநாட்டில் மருத்துவம் படிக்கும்

மாணவர்களிடம் விசாரித்து கன்சல்டன்ஸியைத் தேர்ந்தெடுக்க வேண்டும்.

இந்த ஆவணங்கள் அனைத்தும் எல்லா நாடுகளுக்கும் அவசியமில்லை. மாணவர்கள் படிக்கச் செல்லும் நாடுகளுக்கேற்ப ஆவணங்களைத் தயாராக வைத்துக் கொள்ளுங்கள்.

1. பத்தாம் வகுப்பு மதிப்பெண் சான்றிதழ் மற்றும் பன்னிரண்டாம் வகுப்பு மதிப்பெண் சான்றிதழ்.
2. பாஸ்போர்ட்
3. ஆதார் அட்டை
4. நீட் மதிப்பெண் அட்டை
5. MCAT/UCAT/BCAT மதிப்பெண் அட்டை
6. பள்ளி மாற்றுச் சான்றிதழ்
7. சுகாதார மற்றும் பயணக் காப்பீடு
8. பாஸ்போர்ட் அளவுப் புகைப்படங்கள்
9. பிறப்புச் சான்றிதழ்
10. காவல்துறை அனுமதிச் சான்றிதழ் (Police clearance Certificate)
11. பெற்றோர்/பாதுகாவலரிடமிருந்து ஆட்சேபனை இல்லை என்ற கடிதச் சான்றிதழ். (No objection certificate from parents/ guardian)
12. மருத்துவச் சான்றிதழ்/ஹெச்.ஐ.வி. பரிசோதனைச் சான்றிதழ்.

22. வங்கிக் கல்விக் கடன்

உலகில் எந்த ஒரு நாட்டிலும் உள்ள பிரபலமான மருத்துவப் பல்கலைக்கழகத்தில் ஒரு மாணவர் மருத்துவப் படிப்புக்கு இடம் கிடைத்தவுடன், அவர் சந்திக்க வேண்டிய அடுத்த பெரிய தேவை கல்விக் கட்டணமாகும். வெளிநாட்டு பல்கலைக்கழகங்கள் மற்றும் கல்லூரிகளில் எம்பிபிஎஸ் படிப்புக்கு இடம் கிடைப்பது குதிரைக் கொம்பாக இருப்பதால், கடினமாக உழைத்துப் பெற்ற வாய்ப்பை நழுவ விடாமல் இருக்க பணம் ஒரு தடையாக இருக்கக் கூடாது. அதனாலேயே வெளிநாடுகளில் எம்பிபிஎஸ்க்கான கல்விக் கடன்கள் பற்றி மாணவர்கள் மற்றும் அவர்களுடைய பெற்றோர்கள் அறிந்திருப்பது அவசியம்.

கடன் வழங்கும் தனியார் நிறுவனங்கள் வெளிநாடுகளில் எம்பிபிஎஸ் படிக்க அதன் கால அளவு மற்றும் வேறு சில காரணங்களைக் கருத்தில் கொண்டு கடன் வழங்குவதைத் தவிர்ப்பதால், வெளிநாடுகளில் மருத்துவம் படிப்பதற்கு பாதுகாப்பற்ற கல்விக் கடன்கள் பெறுவது கிட்டத்தட்ட சாத்தியமற்றது என்பதைக் கவனத்தில் கொள்ள வேண்டும். இதன் பொருள் மாணவர்கள் வெளிநாட்டில் எம்பிபிஎஸ் படிக்கக் கடன் பெற முடியாது என்பதல்ல. மாணவர்கள் அடமானத்தின் அடிப்படையில் வெளிநாட்டில் எம்பிபிஎஸ் படிக்கக் கடன் பெறலாம்.

வெளிநாட்டில் எம்பிபிஎஸ் படிப்புக்கு கடன் வழங்குபவர்கள் ஏன் பாதுகாப்பற்ற கல்விக் கடன்களை வழங்குவதில்லை?

பாதுகாப்பற்ற கடன் என்பது, அவற்றைப் பெறுவதற்கு நீங்கள் எந்தவொரு பிணையத்தையும் வழங்க வேண்டிய அவசியமில்லாத கடனாகும். கடன் வாங்குபவராக உங்கள் கடன் தகுதியின் அடிப்படையில் இது கடன் வழங்குநரால் உங்களுக்கு வழங்கப்படுகிறது.

வெளிநாட்டு எம்பிபிஎஸ் படிப்புகளுக்குச் செல்லும் பெரும்பாலான மாணவர்கள், இந்தியாவில் உள்ள தனியார் நிறுவனக் கடன் வழங்குபவர்களால் விருப்பமான நாடுகளின் பட்டியலில் இல்லாத சீனா, உக்ரைன், பிலிப்பைன்ஸ் போன்ற நாடுகளைத் தேர்வு செய்கிறார்கள். மேலும், இடர் மதிப்பீடு மற்றும் கடனைத் திரும்பப் பெறுவதற்கான தோராயமான கால அளவு ஆகியவை கடனளிப்பவர்கள் எம்பிபிஎஸ் கல்விக் கடனுக்கான எந்தவொரு பிணையம் இல்லாமல் கொடுப்பதைத் தடுக்கின்றன. பொதுத்துறை வங்கிகளில் இருந்து பாதுகாக்கப்பட்ட கல்விக் கடன்களுக்கு மாணவர்கள் விண்ணப்பிக்கலாம்.

வெளிநாட்டில் எம்பிபிஎஸ்க்கான பாதுகாப்பான கல்விக் கடன் எங்கே, எப்படிப் பெறலாம்?

பாதுகாப்பான கல்விக் கடன்கள் பிணையத்தின் அடிப்படையில் வழங்கப்படுகின்றன. இந்தியாவில் உள்ள அரசு வங்கிகள், குறைந்த வட்டி விகிதங்கள், ஒப்புதல் வாய்ப்புகள், வரிச் சலுகைகள் போன்றவற்றைக் கருத்தில் கொண்டு வெளிநாட்டில் எம்பிபிஎஸ் படிப்புக்கான கடன்கள் வழங்குகின்றன. பாரத ஸ்டேட் வங்கி, பாங்க் ஆஃப் பரோடா மற்றும் பஞ்சாப் நேஷனல் ஆகியவை பிணையத்துடன் கடன்களை வழங்கும் இந்தியாவின் முக்கிய பொதுத் துறை வங்கிகளில் சில. இந்த வங்கி நிறுவனங்கள் அரசாங்கத்தால் ஆதரிக்கப்படுவதால், அவற்றின் நம்பிக்கை மற்றவர்களை விட அதிகமாக உள்ளன.

வெளிநாட்டில் எம்பிபிஎஸ் படிக்க பாதுகாப்பான கல்விக் கடன்களுக்கு ஒருவர் எவை பிணையமாக வைக்கலாம்?

பிணையப் பத்திரங்களில் முக்கியமாக இரண்டு வகைகள் உள்ளன: உறுதியான பாதுகாப்பு *(Tangible Collateral Security)*

மற்றும் அருவமான பாதுகாப்பு (Intangible Collateral Security).

உறுதியான இணை பாதுகாப்பு: இவை நிலம், வீடு, அடுக்குமாடிக் குடியிருப்பு, கடை போன்ற அசையா சொத்துக்களை உள்ளடக்கிய பிணையங்கள்.

அருவமான இணை பாதுகாப்பு: அருவம் என்றால் கண்களுக்குத் தெரியாதது. இவை நிலையான வைப்பு, ஆயுள் காப்பீடு மற்றும் அரசாங்கப் பத்திரங்கள் போன்ற அசையும் சொத்துக்களை உள்ளடக்கிய பிணையப் பத்திரங்களாகும்.

வெளிநாட்டில் எம்பிபிஎஸ் படிப்பதற்கு பாதுகாப்பான கடன்களின் வட்டி விகிதம் என்ன?

தனியார் கடன் வழங்குபவர்களுடன் ஒப்பிடுகையில் பொதுத்துறை வங்கிகள் குறைந்த வட்டி விகிதத்தில் கல்விக் கடன்களை வழங்குகின்றன. இந்தியாவில் வெளிநாட்டுப் படிப்பிற்கான கடன் வட்டி விகிதம், நிதி அடிப்படையிலான கடன் விகிதத்தின் (எம்சிஎல்ஆர்) விளிம்புச் செலவின் அடிப்படையில் வங்கிகளால் நிர்ணயிக்கப்படுகிறது. இந்த எம்.சி.எல்.ஆர் நிதிகளின் கல்விக் கட்டணம், படிப்புக்கால வட்டி விகிதங்கள், இதர செலவுகள் போன்ற பல காரணங்களைக் கணக்கில் கொண்டு மதிப்பிடப்படுகிறது.

இந்தியக் கடன் வழங்குபவர்களால் நிர்ணயிக்கப்பட்ட எம்பிபிஎஸ்க்கான அனைத்து வெளிநாட்டுக் கல்விக் கடன்களுக்கும் MCLR அடிப்படையாக இருந்தாலும், பெரும்பாலான பொதுத்துறை வங்கிகளின் வட்டி விகிதங்கள் (கடன் வழங்குபவர்களால் விதிக்கப்படும் பிரீமியம் தொகை) என கணக்கிடப்படுகிறது. பொதுவாக, அரசு வங்கிக் கல்விக் கடன்களின் வட்டி விகிதம் 8% முதல் 10% வரை இருக்கும். உதாரணமாக, வெளிநாட்டில் எம்பிபிஎஸ் படிக்க பாரத ஸ்டேட் வங்கி கல்விக் கடன் வட்டி விகிதம் ஓர் ஆண்டுக்கு சுமார் 8.8% அரசு வங்கிகளால் அனுமதிக்கப்படும் குறைந்தபட்சக் கல்விக் கடன் இருபது லட்சம். அதிகபட்சக் கடன் தொகை 1.5 கோடி ரூபாய் வரை இருக்கும். இது வங்கிகளுக்கேற்ப மாறுபடும்.

வெளிநாட்டில் எம்பிபிஎஸ்க்கான பாதுகாப்பான கடன்களுக்கான தகுதி அளவுகோல்கள் என்ன?

இணை பாதுகாப்பு தொடர்பான அனைத்து தாள்களையும் மாணவர்கள் வைத்திருக்க வேண்டும்.

மாணவர் இந்தியக் குடிமகனாக இருக்க வேண்டும்.

மாணவர் வெளிநாட்டில் அங்கீகரிக்கப்பட்ட கல்வி நிறுவனத்தில் அனுமதி பெற்றிருக்க வேண்டும்.

மாணவர் அவர் விண்ணப்பித்த பல்கலைக்கழகம் எதிர்பார்க்கும் அனைத்து கல்வி ஆவணங்களும் வைத்திருக்க வேண்டும்.

ஒரு நல்ல CIBIL மதிப்பெண் என்பது பெரும்பாலான வங்கிகளின் வெளிநாட்டுக் கல்விக் கடனை அனுமதிக்கும் அளவுகோலாகும்.

குறிப்பு: உக்ரைன் மற்றும் சீனா போன்ற நாடுகளில் தங்கள் எம்பிபிஎஸ் படிப்புகளுக்கு மாணவர்களுக்குக் கல்விக் கடன் அளிக்க சிறப்பு விதிகள் மற்றும் விதிமுறைகள் உள்ளன.

எம்பிபிஎஸ் படிப்புகளுக்கான வெளிநாட்டு படிப்புக்கு கல்விக் கடன் கிடைப்பதற்கான சாத்தியங்கள் என்ன?

இந்தியாவில் உள்ள வங்கிகள் எப்பொழுதும் மாணவர்களின் சுயவிவரங்களைச் சரிபார்த்து, வங்கிகளின் விதிமுறைகளுக்கேற்ப முடிவெடுக்கும். எடுத்துக்காட்டாக, அமெரிக்காவில் எம்பிபிஎஸ் திட்டங்களுக்கு விண்ணப்பித்த மாணவர்களுக்குக் கடன் கிடைக்கும் வாய்ப்புகள் மிக அதிகம். உக்ரைன், பிலிப்பைன்ஸ் அல்லது சீனா போன்ற நாடுகளில் எம்பிபிஎஸ் படிப்புகளுக்கு இதே வெற்றி விகிதத்தைக் காண முடியாது. ஏனென்றால், இந்த நாடுகளில் அமைந்துள்ள பெரும்பாலான பல்கலைக்கழகங்கள் பல அரசு வங்கிகளின் பட்டியலில் இல்லை.

23. வெளிநாட்டில் எதிர்கொள்ளும் முக்கியச் சவால்கள்

மாணவர் அவர் விரும்பிய வெளிநாட்டு மருத்துவப் பல்கலைக்கழகத்தில் இடம் கிடைத்து அந்நாட்டுக்கு சென்றுவிட்டார். இனி அடுத்து என்ன டாக்டர் படிப்பு படிக்க ஆரம்பிக்க வேண்டியதுதான். அது சரிதான். ஆனால், புதிய நாட்டில் மாணவர்கள் ஆரம்பத்தில் நிறையச் சவால்களைச் சந்திக்க வேண்டும். அவை என்னென்ன?

பெரிய நகரம் முதல் குக்கிராமம் வரை எங்கு வசித்தாலும் மாணவர்கள் பள்ளிப்படிப்பு முடியும் வரை அவர்களுடைய வீடு, பள்ளி மற்றும் அவை சுற்றியுள்ள பகுதிகளில் மட்டுமே அவர்களுடைய சிறிய வாழ்வின் தொண்ணூறு சதவிகிதம் பழகியிருப்பார்கள். அங்கிருந்து மேற்படிப்பு படிக்க வெளிநாட்டுக்குச் செல்வது என்பது அவர்கள் வேற்று கிரகத்திற்குச் செல்வது போல. வெளிநாடு செல்லும் வரை அதைப் பற்றிய கனவுகளும் ஆர்வமும் இருந்தாலும் அங்கு சென்ற பிறகு அவர்கள் சில சவால்களைச் சந்தித்தே தீர வேண்டும்.

அதிகபட்சம் ஆறு மாதங்களில் அனைத்தும் பழகிவிட்டாலும் அந்த முதல் ஆறு மாதங்கள் அவர்களுக்கு மனஉளைச்சல் ஏற்பட வாய்ப்பிருக்கிறது. முகவர்கள் மாணவர்களிடம் சொன்னவைக்கும் அங்கு எதிர்கொள்பவை நிறைய வேறுபாடுகள் இருக்கும். ஆனால்

அவை அனைத்தும் முதல் ஆறு மாதங்களுக்குத்தான் பெரியதாகத் தெரியும். பிறகு பழகிவிடும்.

மருத்துவப் படிப்புக்கு வெளிநாடு செல்லும் மாணவர்கள் ஆரம்பக் காலங்களில் சந்திக்கும் சவால்கள்:

தங்குமிடம்: பெரும்பாலான வெளிநாட்டுப் பல்கலைக்கழகங்களில் தங்கும் விடுதி இணைந்திருக்கும். ஆனால் அங்கு அறை கிடைப்பது அரிது. முன்பே திட்டமிட்டு விடுதி அறை உறுதி செய்து கொள்ள வேண்டும். அப்படியே அறை கிடைத்தாலும் பெரியதாக வசதிகள் இருக்காது. உடன் படிக்கும் மாணவர்கள் மற்றும் மூத்த மாணவர்கள் கட்டாயம் உதவுவார்கள். விரைவில் வீட்டுப் பிரிவை மறக்கச் செய்துவிடுவார்கள்.

பல்கலைக்கழகத் தங்கும் விடுதி கிடைக்கவில்லை எனில் வெளியே தங்குவதற்கு முகவர்கள் ஏற்பாடு செய்து தருவார்கள். அறை அல்லது வீட்டைப் பகிர்ந்து கொள்வது போல இருக்கும். பகிர்ந்து கொள்ளும் மாணவர்களும் அதே பல்கலைக்கழகத்தில் படிக்கும் இந்தியர்களாகத்தான் இருப்பார்கள். வெளியில் தங்க வேண்டிய சூழ்நிலை வந்தால் அறையைப் பகிர்ந்து கொள்ளும் மாணவர்கள் அனைவருடைய எண்களும் வாங்கி வீடியோ அழைப்பில் பேசுங்கள். அறையைச் சுற்றிக் காட்டச் சொல்லுங்கள். கல்லூரியில் விடுதி கிடைக்கும் வரை அல்லது படித்து முடிக்கும் வரை அவர்களோடுதான் வாழப் போகிறீர்கள். நீங்கள் அங்கு சென்ற பிறகு அறிமுகம் ஆகாமல் முன்பே பேசி அவர்களை முதலில் சந்திக்கும் போதே ஒரு நண்பனை சந்திப்பது போல நட்பை ஏற்படுத்திக் கொள்ளுங்கள். கூச்சப்படாதீர்கள்.

உணவு: வெளிநாட்டில் படிக்கும் இந்திய மாணவர்களுக்கு உணவைப் பொறுத்தவரை பெரிய பிரச்சனை இல்லை. உலகெங்கிலும் இந்தியர்கள் உள்ளதால் அனைத்து நாடுகளிலும் முக்கிய நகரங்களில் இந்திய உணவகங்கள் உள்ளன. இந்திய மாணவர்கள் அதிகம் படிக்கும் வெளிநாட்டு பல்கலைக்கழக உணவு விடுதிகளிலும் இந்திய உணவுகள் கிடைக்கின்றன. எந்த மொழி பேசும் இந்திய மாணவர்கள் ஒரு பல்கலைக்கழகத்தில் அதிகம் உள்ளார்களோ அந்த உணவு விடுதியில் அந்த மாநில உணவுகள் பெரும்பாலும் கிடைக்கின்றன.

வெளிநாட்டு மாணவர்கள் பிரத்தியேக உணவுகளை தனியாகச் சமைத்துக்கொள்ள விரும்பினால் தனி சமையலறையும் ஒதுக்கித் தருகிறார்கள். மாணவர்கள் சமைக்கத் தேவையான மசாலா பொருட்கள் இங்கிருந்து வாங்கிச் சென்றுவிட்டால் அங்கு கிடைக்கும் தானியங்கள் மற்றும் காய்கறிகள் வைத்து சமைத்துக் கொள்ளலாம்.

இஸ்லாமிய மாணவர்களுக்கு ஹலால் செய்த இறைச்சி வகைகள் அனைத்து நாடுகளிலும் கிடைப்பது அரிது. இஸ்லாமிய நாடுகள் மற்றும் இஸ்லாமியர்கள் அதிகமுள்ள நாடுகளில் ஹலால் செய்யப்பட்ட இறைச்சி கிடைக்கும். சீனா போன்ற நாடுகளில் ஹலால் இறைச்சி என்று சொல்லி நிறையப் பேர் ஏமாற்றுவார்கள்.

மொழி: வெளிநாட்டில் படிக்கும் போது அந்நாட்டு மொழி ஒரு பிரச்சனையாக இருக்கும். பல்கலைக்கழகங்களில் ஆங்கில வழிக் கல்வி இருந்தாலும் பெரும்பாலான உள்நாட்டு பேராசிரியர்கள் ஆங்கிலத்தில் அவ்வளவு புலமை பெற்றிருக்கமாட்டார்கள். ஆனால் தகவல் தொடர்புக்குத் தேவையான ஆங்கிலப் புலமை பெற்றிருப்பார்கள். பல்கலைக்கழகத்தில் இருக்கும் மற்ற பணியாளர்களுக்கு ஆங்கில புலமை சுத்தமாக இருக்காது. அவர்களிடம் பேசும் அளவு முக்கியமான பத்துப் பதினைந்து வார்த்தைகள் தெரிந்துகொண்டால் சமாளித்துவிடலாம்.

ஆங்கில மொழி பேசும் ஜார்ஜியா, பிலிப்பைன்ஸ், அமெரிக்கா, இங்கிலாந்து, ஆஸ்திரேலியா போன்ற நாடுகளில் மொழிப் பிரச்சனை இல்லை.

ஆங்கிலம் அல்லாத வேறு மொழி பேசும் ஆங்கிலம் தெரியாத நாடுகளில் வெளியில் செல்ல, கடைகளில் பொருட்கள் வாங்கச் சிறிது சிரமப்பட வேண்டியிருக்கும். அந்நாட்டு பணமும் கொஞ்சம் குழப்பமாக இருக்கும். அந்நாட்டு மாணவர் ஒருவரை நண்பராக்கிக் கொண்டு அவர் உதவியை நாடலாம். கண்டிப்பாக உதவுவார்கள்.

செலவுகள்: மாணவர்கள் முக்கியமாகக் கவனத்தில் கொள்ள வேண்டியவைகளில் ஒன்று செலவு. மாணவர்கள் படிக்கும் பல்கலைக்கழகம் அந்நாட்டின் தலைநரகம், முக்கிய நகரங்களில் இருந்தால் தங்குமிடம், உணவு மற்றும் இதரச் செலவுகள் மிகவும் அதிகமாக இருக்கும். முக்கிய நகரங்களில் இருந்து வெகு

தொலைவில் சிற்றூர்களில் பல்கலைக்கழகம் அமைந்திருந்தால் செலவுகள் குறைவாக இருக்கும். மாணவர்கள் கல்விக் கட்டணம் தவிர இதரச் செலவுகளை குறைக்க விரும்பினால் நகரங்களிலிருந்து தொலைவில் உள்ள பல்கலைக்கழகங்களைத் தேர்வு செய்வது பலனளிக்கும்.

எதற்காகச், எவ்வளவு செலவு செய்கிறோம் என்ற என்ற தேர்வும் சொந்தச் செலவில் முக்கியப் பங்கு வகிக்கிறது. எந்த நாட்டில் படித்தாலும் கல்விக் கட்டணம் அல்லாது, தங்குமிடம் மற்றும் உணவுச் செலவு போக அவரச் செலவுகளுக்கென வங்கிக் கணக்கில் பத்தாயிரம் ரூபாய் வைத்துக்கொள்வது பாதுகாப்பானது. விடுமுறையில் நாடு திரும்புவது தனிச் செலவு. பெரும்பாலான சர்வதேசப் பல்கலைக்கழகங்களில் வருடத்திற்கு இருமுறை கோடை விடுமுறை மற்றும் குளிர்கால விடுமுறை இருக்கும். விடுமுறைக் காலம் ஒரு மாதம் முதல் இரண்டு மாதங்கள் வரை பல்கலைக்கழக விதிமுறைகள் பொறுத்தது. அனைத்து விடுமுறைக்கு வீட்டிற்கு வர வேண்டுமா ஆண்டுக்கு ஒரு முறை வந்தால் போதுமா என்பது மாணவர்களுடைய தேர்வு.

அந்நியச் செலாவணி: இந்திய ரூபாயை எப்படி நீங்கள் வாழும் நாட்டுப் பணமாக மாற்றுவது? இதற்கு எளிய வழி சிறிதளவு பணத்தை அமெரிக்க டாலராக மாற்றிக் கையில் வைத்துக் கொள்வது. தேவைப்படும் போது அமெரிக்க டாலரை அந்நாட்டு எக்ஸ்சேஞ்ஜ் அலுவலகத்தில் அந்நாட்டுப் பணமாக மாற்றிக் கொள்ளலாம். ரஷ்யா தவிர மற்ற அனைத்து நாடுகளிலும் அமெரிக்க டாலரை அந்நாட்டு பணமாக மாற்றிக் கொள்ளலாம். ரஷ்யாவில் அமெரிக்க டாலரை ரஷ்யன் ரபிலாக (ரஷ்யக் கரன்ஸி) மாற்ற முடியாது. வங்கிக் கணக்கில் வைத்திருக்கும் பணம் தவிர சிறிதளவு பணம் கையில் வைத்திருக்க வேண்டும். திடீரென ஏதாவது வகையில் நிதி நெருக்கடி ஏற்பட்டால் கையில் வைத்திருக்கும் பணம் உதவும்.

இந்தியாவிலிருந்து பெற்றவர்கள் அனுப்பும் பணத்தைப் பெற நீங்கள் வசிக்கும் நாட்டில் உள்ள சர்வதேச வங்கியில் கணக்கைத் தொடங்கலாம். அதன்பிறகு, எந்த இந்திய வங்கியின் சர்வதேச டெபிட் கார்டின் உதவியுடன் ஏடிஎம்மில் இருந்து பணத்தை எடுக்கலாம். இந்திய வங்கிக் கணக்கு பொதுத்துறை வங்கியில்

வைத்திருந்தால் கட்டணங்கள் குறைவாக இருக்கும். உங்கள் பெற்றோரிடமிருந்து பணம் அனுப்புவதற்கு நீங்கள் வசிக்கும் நாட்டின் சர்வதேச வங்கியில் கணக்கைத் தொடங்கலாம். கல்விக் கட்டணம் அல்லது வருடாந்திர செலவினங்களுக்காக ஒரே நேரத்தில் பெரிய அளவில் பணத்தை எடுக்க விரும்பினால் நல்லது.

காலநிலை: பங்களாதேஷ், நேபாளம், பிலிப்பைன்ஸ், மொரீஷியஸ் போன்ற நாடுகளில் இந்தியப் பருவநிலை போல இருக்கும். அமெரிக்கா, கனடா நாடுகளில் குளிர்காலங்களில் சராசரியாக எழுபது டிகிரி வரை இருக்கும். ஐரோப்பிய நாடுகள், ரஷ்யா மற்றும் மேற்கு மற்றும் வடக்கு சீனாவில் குளிர் குறைவான அளவு பத்து முதல் முப்பது டிகிரி செல்ஷியஸ் வரை இருக்கும். அந்நாட்டில் ஸ்வெட்டர்கள் மற்றும் ஜெர்கின்கள் வாங்கிக் கொள்ளலாம். அந்நாட்டு குளிருக்குத் தாங்கும் அளவு தெரியாமல் இங்கே வாங்கிக் கொண்டு சென்றவை குளிருக்குத் தாங்கவில்லை எனில் வாங்கிச் சென்றவை உபயோகமில்லாமல் போய்விடும்.

இந்தியா அனைத்து நாடுகளுடனும் நல்லுறவை வளர்த்தாலும் மனிதர்ககளுக்கு இடையே பாகுபாடுகளைத் தவிர்க்க முடியாது. இது நாடுகளுக்கிடையே அல்ல. மனிதர்களுக்கிடையே நிகழ்வது. சில நாடுகளில் இனப் பாகுபாடுகள் கிண்டல் கேலியாகவும் நடத்தைகளில் கண்டறியலாம். இது உலகில் அனைத்துப் பகுதிகளிலும் நடக்கின்றன. இந்தியாவிலேயே வட இந்தியர்கள் தென் இந்தியாவிலும் தென் இந்தியர்கள் வட இந்தியாவிலும் பிரித்து நடத்தப்படுகிறார்கள். அனால் அவை ஆரம்பக் காலங்களில் மட்டுமே நிகழும். நாட்கள் செல்லச் செல்ல நன்றாக பழகிவிட்டால் வேறுபாடுகள் நிகழாது. அதே போல தீவிர இனவெறித் தாக்குதல்கள் எங்கும் நிகழாது. அந்தளவு அரசுச் சட்டங்கள் கடுமையாக உள்ளன.

24. NExT என்பது என்ன?

மாணவர்கள் தாங்கள் விரும்பிய வெளிநாட்டுப் மருத்துவப் பல்கலைக்கழகத்தில் மருத்துவப் பட்டப்படிப்பு படித்து இன்டெர்ன்ஷிப்பும் முடித்தாகிவிட்டது. அடுத்து என்ன?

அதான் எல்லோருக்கும் தெரியுமே. இந்தியா திரும்பி FMGE தேர்வு எழுதி இந்திய அரசு அல்லது அரசு அங்கீகாரம் பெற்ற மருத்துவமனையில் மீண்டும் ஓராண்டு இன்டெர்ன்ஷிப் செய்து அடுத்து NEET-PG தேர்வு எழுதி மருத்துவ முதுகலைப் படிப்பில் சேரவேண்டும்.

இன்னும் சில வருடங்கள் மட்டுமே வெளிநாட்டில் மருத்துவம் படித்த மாணவர்களுக்கு இந்தப் படிநிலைகள். வெளிநாட்டில் மருத்துவம் படித்த மாணவர்களுக்கு FMGE தேர்வுக்கு பதிலாக NExT தேர்வை விரைவில் அமல்படுத்தப்போகிறது மத்திய அரசு.

தற்போது வெளிநாட்டில் மருத்துவம் படித்துக்கொண்டிருக்கும் இந்திய மாணவர்களின் முக்கியப் பேசு பொருளாக இருப்பது நெஸ்ட் தேர்வு. வெளிநாட்டில் மருத்துவ இளங்கலை படித்துக் கொண்டிருக்கும் மாணவர்களுக்கு அந்த நாட்டில் ஒரு வருடப் பயிற்சி முடித்த பிறகு இந்தியாவில் மருத்துவராகப் பயிற்சி செய்ய FMGE தேர்வுக்குப் பதிலாக National Exit Test(NExT) இருக்கும் எனறு அறிவித்திருக்கிறது மத்திய அரசு.

வெளிநாட்டில் மருத்துவம் படித்த மாணவர்கள் மட்டும் அல்லாமல் இந்தியாவில் எம்பிபிஎஸ் படித்த மாணவர்களுக்கும் NExT தேர்வு கட்டாயம் என்று அறிவித்திருக்கிறது. இத்தேர்வு இந்திய மருத்துவக் கல்லூரிகளின் தரத்தை மேம்படுத்தவும் மருத்துவக் கல்லூரிகளுக்கிடையே ஆரோக்கியமான போட்டியை ஏற்படுத்தவும் இந்தியாவில் மருத்துவம் படித்துக் கொண்டிருக்கும் மாணவர்களுக்கும் தேர்வு கட்டாயம் என அறிவித்திருக்கிறது மத்திய அரசு.

2028ஆம் ஆண்டு முதல் NExT தேர்வு அமலுக்கு வரும் என எதிர்பார்க்கப்படுகிறது. தற்போது பள்ளிப்படிப்பு, இந்தியாவிலும் வெளிநாட்டிலும் மருத்துவம் முதலாம் ஆண்டு படித்துக் கொண்டிருக்கும் மாணவர்கள் மருத்துவ இளங்கலை பட்டப்படிப்பு முடித்த பிறகு இந்தியாவில் பயிற்சி பெறவும் மருத்துவ உரிமம் பெறவும் NExT தேர்வு எழுத வேண்டியிருக்கும்.

இந்தியாவிலும் வெளிநாட்டிலும் மருத்துவம் படித்துக் கொண்டிருக்கும் மாணவர்கள், எம்பிபிஎஸ் படிக்க விரும்பும் தற்போது பதினொன்று மற்றும் பன்னிரண்டாம் வகுப்பு படித்துக் கொண்டிருக்கும் மாணவர்கள் மற்றும் அவர்களுடைய பெற்றோர்கள் பள்ளி, நீட் பயிற்சிமையம், சமூக வலைதளம் ஆன்லைன் கற்றல் தளங்களில் கேட்கும் சந்தேகங்களில் அதிகமானவை:

இத்தேர்வு அவசியமா, அவசியமில்லையா? சுலபமா, கடினமா? எதிர்மறை மதிப்பெண்கள் இருக்குமா? எத்தனை மணி நேரம் தேர்வு இருக்கும்? தரவரிசை கணக்கிடுவது சதவிகித முறையில் இருக்குமா, விழுக்கூறு முறையில் இருக்குமா? தற்போது நடைபெறும் தேர்வு போல இருக்குமா, வேறு மாதிரி இருக்குமா? தேர்வு எந்த மாதிரியாக இருக்கும்?

தேர்வு பற்றிய தெளிவான வழிகாட்டுதல் வெளியாகும் வரை யாராலும் இக்கேள்விகளுக்கு சரியான பதில்கள் தர இயலாது. ஒன்று நிச்சயம் பாடத்திட்டத்தைத் தாண்டி தேர்வு வினாக்கள் இருக்கப் போவதில்லை. தற்போது மாணவர்கள் பயிலும் முறையில் எந்தப் பதட்டமும் இல்லாமல் தொடர்ந்து முனைப்புடன் பயின்று கொண்டிருந்தால் தேர்வில் சுலபமாக வெற்றி பெற்றுவிடலாம்.

இச்செய்தி அதிகாரபூர்வமாக வெளியாகவில்லை. வெளிநாட்டில் மருத்துவம் பயிலும் மாணவர்களுக்கு *NExT* தேர்வில் மகிழ்ச்சி தரும் ஒரு செய்தி உலவுகிறது. வெளிநாட்டில் மருத்துவம் படித்த மாணவர்கள் இந்தியாவில் கட்டாயம் *FMGE* தேர்வு எழுத வேண்டும், அடுத்து மருத்துவ மேற்படிப்புக்கு *NEET-PG* தேர்வு எழுத வேண்டும். இவ்விருதேர்வுகளுக்கும் வெவ்வேறு முறையில் பயிற்சி பெற்றுத் தயாராக வேண்டும்.

NExT தேர்வு நடைமுறைக்கு வந்த பிறகு மருத்துவ மேற்படிப்புக்கும் அந்தத் தேர்வின் மதிப்பெண்கள் மட்டுமே போதும். *NEET-PG* தேர்வு எழுதத் தேவையில்லை.

என்எம்சி-எப்எம்ஜிஎல் ஒழுங்குமுறைகள் 2022-23

இதில் சில ஒழுங்குமுறைகளை தேசிய மருத்துவ ஆணைய வழிகாட்டுதல்கள் அத்தியாயத்தில் குறிப்பிடப்பட்டுள்ளன. தேசிய மருத்துவ ஆணையதின் வெளிநாட்டில் மருத்துவம் படித்த மாணவர்களுக்கான ஒழுங்குமுறைகளிலும் குறிப்படப்பட்டுள்ளதால் சில குறிப்புகள் மறுபடி இந்த ஒழுங்குமுறைகளிலும் பதிவாகும்.

நவம்பர் 2021க்குப் பிறகு மருத்துவக் கல்வியைத் தொடர வெளிநாடு சென்ற மாணவர்களுக்கு மட்டுமே இந்த விதிகள் பொருந்தும்.

வெளிநாட்டில் மருத்துவ இளநிலைப் பட்டப்படிப்பு சேரும் முன்பு மாணவர்கள் உறுதிப்படுத்திக்கொள்ள வேண்டியவை. *(i)* படிப்புக் கால அளவு ஐம்பத்து நான்கு மாதங்களுக்குக் குறையாமல் இருக்க வேண்டும். *(ii)* படிப்புக் கால அளவு பத்து ஆண்டுகளுக்கு மிகாமல் இருக்க வேண்டும்.*(iii)* வெளிநாட்டுப் பாடத் திட்டங்கள் இந்திய எம்பிபிஎஸ் பாடங்களோடு ஒத்திருக்க வேண்டும்.

வெளிநாட்டில் மருத்துவம் படிக்கும் மாணவர்கள் ஒரு பல்கலைக்கழகத்திலிருந்து இன்னொரு பல்கலைக்கழகத்திற்கு மாற்றலாகிப் படிப்பைத் தொடரக் கூடாது. ஒரே பல்கலைக்கழகத்தில் மருத்துவ இளங்கலைப் பட்டம் படித்து அந்தப் பல்கலைக்கழகத்தோடு இணைந்த மருத்துவமனையில் பயிற்சி பெற்றிருக்க வேண்டும் என்பது தேசிய மருத்துவக் கமிஷனுடைய

விதிமுறை. ரஷ்யா-உக்ரைன் போரினால் சொந்த நாட்டுக்குத் திரும்பிய மாணவர்களுக்கு விதிவிலக்கு அளித்திருக்கிறது என்எம்சி.

(நவம்பர்'2021 முன்பு வெளிநாட்டில் மருத்துவப் பட்டம் பெற்றவர்கள் மற்றும் மருத்துவப் படிப்பில் சேர்ந்தவர்களுக்கு மேற்கண்டஇந்த விதிமுறை பொருந்தாது.)

ஆன்லைன் முறையில் பாடங்கள் மட்டுமே பயில வேண்டும். செயல்முறை மற்றும் பயிற்சிகள் நேரடியாகப் பங்குபெற்றிருக்க வேண்டும்.

தற்போது வெளிநாட்டு மருத்துவப் பட்டதாரிகளுக்கு இரண்டு ஆண்டுகள் பயிற்சி கட்டாயம். வெளிநாட்டில் மருத்துவம் படித்த பல்கலைக்கழகத்தோடு இணைந்த மருத்துவமனையில் ஓராண்டுப் பயிற்சியும் இந்தியாவில் ஏதாவது மருத்துவக் கல்லூரியுடன் இணைந்த மருத்துவமனையில் பன்னிரண்டு மாதப் பயிற்சியும் பெற்றிருக்க வேண்டும். வெளிநாட்டில் மருத்துவப் பட்டப்படிப்பு முடித்த பிறகு இந்தியாவில் ஸ்க்ரீனிங் தேர்வில் தேர்ச்சி பெற்று மாநில மருத்துவக் கவுன்சிலில் பதிவு செய்த பின்னரே இந்தியாவில் பயிற்சி பெற வேண்டும்.

வெளிநாட்டில் மருத்துவப் பட்டப்படிப்பு முடித்த மாணவர்கள் இந்தியாவில் பயிற்சி பெற அந்த மாநில மருத்துவக் கவுன்சிலோ அல்லது பயிற்சியளிக்கும் அரசு மருத்துவமனையோ மாணவர்களிடம் எந்தக் கட்டணமும் வசூலிக்கக் கூடாது. மேலும் இந்தியாவில் மருத்துவப் பட்டம் பெற்ற மாணவர்களுக்கு இணையான உதவித் தொகை மற்றும் மற்ற வசதிகள் வெளிநாட்டில் மருத்துவப் படிப்பு முடித்த மாணவர்களுக்கும் அளிக்க வேண்டும்.

25. வெளிநாட்டில் மருத்துவம் படிக்கும் மாணவருடன் ஒரு நேர்காணல்

ஜார்ஜியாவில் நியூ விஷன் பல்கலைக்கழகத்தில் எம்டி முதலாம் ஆண்டு படிக்கும் மாணவருடன் ஒரு விரிவான சந்திப்பு.

உங்களைப் பற்றிச் சொல்லுங்கள்?

என் பெயர் சஞ்சய். சொந்த ஊர் ஈரோடு. என்னுடைய அப்பா பெயர் பிரபு. என் அப்பா விளையாட்டுப் பொருட்கள் விற்பனை செய்யும் கடை வைத்திருக்கிறார். சிறிய அளவில் பைனான்ஸ் செய்கிறார். அம்மா மருந்து விற்பனைப் பிரதிநிதி. நான் ஈரோட்டில் ஆர்டி இன்டர்நேஷனல் பள்ளியில் பள்ளிப் படிப்பை முடித்தேன்.

என் அத்தை ஈரோடு அருகில் கவுந்தப்பாடி என்னும் ஊரில் அரசு மருத்துவராகப் பணியாற்றினார். இப்போது தனியாக ஒரு மகப்பேறு மருத்துவமனையும் நடத்தி வருகிறார். அவருக்கு ஊரிலும் உறவினர்கள் மத்தியிலும் இருந்த செல்வாக்கைப் பார்த்து பிரமித்தேன். டாக்டர் என்பதால்தான் மற்றவர்களை விட அவர் மற்றவர்களிடமிருந்து தனித்துத் தெரிகிறார் என்று முதலில் நினைத்தேன்.

அவர் ஒரு மகப்பேறு மருத்துவர். பகல் இரவு பாராமல் எண்ணற்றவர்களுக்கு அவசரச் சிகிச்சை செய்து உதவியிருக்கிறார்.

பல்லாயிரக்கணக்கான நிறைமாதப் பெண்களையும் அவர்களது குழந்தைகளையும் காப்பாற்றியிருக்கிறார். அதனால் தான் அவருக்கு மற்றவர்களிடம் மரியாதையும் செல்வாக்கும் கிடைக்கிறது என்று பின்னாளில் தெரிந்தது. என் அத்தைதான் எனக்கு மருத்துவராகும் லட்சியத்திற்கு அடித்தளமாக இருந்தார்.

எப்போது நீட் தேர்வுக்கு தயாராகத் தொடங்கினீர்கள்?

ஒன்பதாம் வகுப்பிலிருந்து துவங்கியிருக்க வேண்டும். எனக்கு சரியான வழிகாட்டுதல் இல்லாததால் பதினொன்றாம் வகுப்பிலிருந்துதான் நீட் தேர்வுக்குத் தயாராகத் துவங்கினேன்.

கோவிட்-19 ஊரடங்கின் போது நான் பதினொன்றாம் வகுப்பு படித்துக்கொண்டிருந்தேன். அந்த வருடம் முழுவதும் பள்ளிகள் திறக்கவில்லை. ஆன்லைனில் மட்டுமே வகுப்பு. அதனால் ஆன்லைனில் மட்டுமே படிக்க முடிந்தது.

எனக்கு உயிரியல் பாடம் சுலபம். அதனால் அதில் அதிக கவனம் செலுத்தினேன். பதினொன்றாம் வகுப்பில் பயிலும் போது இயற்பியல் மற்றும் வேதியல் படத்தில் அதிகக் கவனம் செலுத்தவில்லை. பள்ளிக்குச் சென்று நேரடி வகுப்பில் படித்திருந்தால் அந்தப் பாடங்களையும் நன்றாகப் படித்திருப்பேன்.

என்னுடைய பன்னிரண்டாம் வகுப்புக்கு பள்ளிகள் திறந்துவிட்டதால் நேரடி வகுப்பில் படித்தேன். அப்போது இயற்பியல் மற்றும் வேதியியல் பாடங்களிலும் கவனம் செழுத்திப் படித்தேன்.

நீட் தேர்வுக்கு தனிப் பயிற்சி வகுப்புக்குச் சென்றீர்களா?

ஆமாம். நாமக்கல்லைத் தலையிடமாகக் கொண்டு தமிழகத்தில் நான்கு நகரங்களில் பள்ளி மற்றும் பயிற்சி வகுப்புகள் நடத்தும் ஒரு பள்ளியில் மூன்று மாத நேரடிப் பயிற்சி வகுப்பில் *(Crash Course)* சேர்ந்தேன். அவர்கள் கொடுத்த மாதிரி வினாத்தாள் *(Model Questions)* மற்றும் அவர்கள் வைத்த மாதிரித் தேர்வுகளும் *(Moak Tests)* பயனுள்ளவை.

மற்றபடி நேரடிப் பயிற்சி வகுப்புகள் பெரிய பலன் தரவில்லை. மூன்று மாத குறுகிய பயிற்சி வகுப்பு என்பதால் வேகமாக பாடங்களை நடத்திக் கொண்டு சென்றார்கள். ஒருவேளை இரண்டு

வருடப் பயிற்சி வகுப்பில் சேர்ந்திருந்தால் பலனளித்திருக்கலாம்.

நான் சுயமாகப் படித்தவைதான் மிகவும் அதிகம். *CBSE* பாடத்திட்ட *NCERT* புத்தகங்கள் ஒரு வரி விடாமல் திரும்பத் திரும்பப் படித்தேன். யூடியூப் சானல்களில் நிறையக் கற்றேன்.

நான் பன்னிரண்டாம் வகுப்பு தேர்ச்சி பெறும் வரை என்னிடம் அலைபேசி இல்லை. என் அம்மா அல்லது அப்பா அலைபேசியைத்தான் நான் மற்றவர்களிடம் தொடர்பு கொள்ளப் பயன்படுத்தினேன். கம்ப்யூட்டரில் யூடியூப் மற்றும் மின்புத்தகங்கள் மூலம் நீட் தேர்வுக்குத் தயாரானேன்.

தொடர் படிப்பிலிருந்து என்னைத் தளர்த்தி உற்சாகப்படுத்திக் கொள்ள இறகுப் பந்து விளையாடுவேன். ஓர் இறகுப் பந்துச் சங்கத்தில் இணைந்து அதில் தீவிரமாக ஈடுபட்டதுதான் என்னுடைய ஒரே பொழுதுபோக்கு.

நீட் தேர்வு எத்தனை முறை எழுதினீர்கள்?

நீட் தேர்வு ஒருமுறை மட்டும்தான் எழுதினேன். 388 மதிப்பெண்கள் பெற்றேன். தொடர்ந்து படித்து பணத்தையும் நேரத்தையும் வீணாக்க வேண்டாம் என்று கல்வியாளர்கள் ஆலோசனை சொன்னார்கள். என்னுடைய மதிப்பெண்களுக்கு அரசு மருத்துவக் கல்லூரியில் இடம் கிடைக்காது. தனியார்க் கல்லூரிகளில் கட்டணம் அதிகம் என்பதால் ஜார்ஜியாவில் எம்டி (எம்பிபிஎஸ்) சேர்ந்துவிட்டேன்.

என்னுடைய முடிவு சரி என்று இப்போது உணர்கிறேன். காரணம் என்னுடைய சில நண்பர்கள் இன்னும் நீட் தேர்வுக்கு பயிற்சி பெற்றுக் கொண்டிருக்கிறார்கள். நான் இப்போது இரண்டாம் ஆண்டு செல்லப் போகிறேன்.

மருத்துவம் படிக்க ஏன் ஜார்ஜியா பல்கலைக்கழகத்தைத் தேர்ந்தெடுத்தீர்கள்?

முதலில் பிலிப்பைன்ஸில் படிக்கலாம் என்று நினைத்தேன். என்எம்சி விதிமுறைப்படி ஐம்பத்தி நான்கு மாதங்கள் மருத்துவப் பட்டப்படிப்பு படித்திருக்க வேண்டும். பிலிப்பைன்ஸில் மருத்துவப் படிப்பு நாற்பத்தெட்டு மாதங்கள் மட்டுமே இருக்கின்றன. அதனால் பிலிப்பைன்ஸ் தவிர்த்துவிட்டேன்.

ஜார்ஜியா ஐரோப்பிய நாடு. இந்தியர்கள் குறிப்பாகத் தமிழர்கள் அதிகம் மருத்துவம் படிக்கிறார்கள். வருகைப் பதிவு கட்டாயமில்லை. ஜார்ஜியாவில் மருத்துவப் படிப்பு சிறப்பாக இருக்கிறது என்று நம்பிக்கையானவர்கள் சொன்னார்கள். சட்டப் படிப்புக்குப் பிறகு ஜார்ஜியா மருத்துவப் படிப்புக்குப் புகழ் பெற்றது. இத்தனை காரணங்களால் எம்பிபிஎஸ் படிக்க ஜார்ஜியா நாட்டைத் தேர்ந்தெடுத்தேன்.

ஜார்ஜியாவில் மருத்துவக் கல்லூரிக்கு நேரடியாக விண்ணப்பித்துச் சேர்ந்தீர்களா, கன்சல்டன்சி மூலம் சேர்ந்தீர்களா?

கன்சல்டன்சி மூலம் தான் ஜார்ஜியாவில் மருத்துவக் கல்லூரியில் சேர்ந்தேன். நிறைய போலி கன்சல்டன்சிகள் உள்ளன. நன்றாக விசாரித்துத் தேர்ந்தெடுத்தேன். இது சேலத்தைத் தலையிடமாகக் கொண்டு தமிழகம் முழுவதும் கிளைகள் உள்ள ஒரு நிறுவனம்.

ரஷ்யா மற்றும் ஜார்ஜியாவில் உள்ள சில மருத்துவப் பல்கலைக்கழகங்களோடு மட்டும் ஒப்பந்தம் வைத்திருக்கிறார்கள். இந்த இரு நாடுகளில் மட்டும் மருத்துவக் கல்லூரிகளில் மாணவர்களைச் சேர்க்கிறார்கள். தற்போது ரஷ்யாவில் போர் நடந்து கொண்டிருப்பதால் அந்த கன்சல்டன்சி ரஷ்யாவிற்கு மாணவர்களை அனுப்புவதில்லை. ஜார்ஜியா மருத்துவப் பல்கலைக்கழகங்களில் சேர மட்டுமே அந்தக் கன்சல்டன்சி உதவுகிறது.

ஜார்ஜியாவில் காலநிலைகள் எப்படி உள்ளன?

தமிழகத்தில் கோடை மற்றும் மழைக் காலங்களை மட்டுமே முழுமையாக உணர முடியும். குளிர் மற்றும் இலையுதிர் காலங்களை அதிகம் உணர முடியாது.

ஜார்ஜியாவில் நான்கு பருவ நிலைகளையும் நன்கு உணர முடியும். கோடை காலத்தைத் தவிர இதர பருவநிலைகளில் குளிர் இருந்து கொண்டே இருக்கும். குளிர் காலத்தில் மிகவும் அதிகமாக இருக்கும். மைனஸ் ஒன்பது டிகிரி வரை குளிர் இருக்கும். இந்தக் குளிருக்கு இந்தியாவில் வாங்கும் ஸ்வட்டர்கள் பயன் தராது. ஜார்ஜியாவில்தான் வாங்கிக் கொள்ள வேண்டும்.

ஜார்ஜியாவில் நீங்கள் படிக்கும் பல்கலைக்கழகத்தில் தங்கும் விடுதி

மற்றும் உணவுகள் தரமாக உள்ளனவா? தமிழ் நாட்டு உணவுகள் கிடைக்கின்றனவா?

தற்போது ஜார்ஜியாவில் நான் விண்ணப்பித்த கன்சல்டன்சி குத்தகைக்கு எடுத்திருக்கும் வில்லாவில்தான் தங்கியிருக்கிறேன். நான் படிக்கும் மருத்துவப் பல்கலைக்கழகத்திற்கு அருகிலேயே இருக்கிறது. இந்த வில்லாவில் ஐந்து அறைகள் உள்ளன. ஓர் அறையில் இரண்டு பேர் இருக்கிறோம். வில்லா விடுதி வாடகையை வருடத்திற்கு ஒரு முறை அல்லது இரு முறை சேலத்தில் உள்ள கன்சல்டன்சியில் செலுத்திவிட வேண்டும். கல்விக் கட்டணம் நேரடியாகப் பல்கலைக்கழகத்தில் செலுத்த வேண்டும்.

இங்கு சமையல் செய்ய தமிழகத்தைச் சேர்ந்தவர்களை கன்சல்டன்சி ஏற்பாடு செய்திருக்கிறார்கள். அதனால் தமிழக உணவுகள் அனைத்தும் எங்களுக்குக் கிடைக்கின்றன. வேறு உணவுகள் கேட்டாலும் சமைத்துத் தருகிறார்கள்.

எங்கள் பல்கலைக்கழகத்தைச் சுற்றி சில இந்திய மற்றும் தமிழக உணவு விடுதிகள் உள்ளன. நாங்கள் செலவுகளைக் குறைக்க உணவகங்களில் சாப்பிடுவதில்லை. நாங்கள் தங்கியிருக்கும் வில்லாவிலேயே எங்களுக்குத் தேவையான உணவுகள் தரமாகவும் சுவையாகவும் கிடைக்கின்றன. அதனால் வெளியில் சென்று சாப்பிட வேண்டிய அவசியம் எங்களுக்கு இல்லை.

எத்தனை தமிழக மாணவர்கள் உங்கள் வகுப்பில் படிக்கிறார்கள்? மற்ற மாநில மாணவர்கள் எத்தனை பேர்?

என் வகுப்பில் மொத்தம் நூறு மாணவர்கள். அவர்களில் முப்பது பேர் தமிழகத்தைச் சேர்ந்தவர்கள். பதினைந்து பேர் மாணவிகள். மற்ற மாநிலங்களைச் சேர்ந்தவர்கள் இருபது பேர் இருப்பார்கள். அவர்கள் பெரும்பாலும் மஹாராஷ்ட்ரா மற்றும் மேற்கு வங்காளத்தைச் சேர்ந்தவர்கள். கேரள மாணவர்கள் அதிகம். மொத்தப் பல்கலைக்கழகத்தில் தமிழக மாணவர்களுக்கு அடுத்து கேரள மாணவர்கள் அதிக பேர் இங்கு படிக்கிறார்கள்.

இந்தியாவின் மற்ற மாநில மற்றும் வெளிநாட்டு மாணவர்கள் நட்புடன் பழகுகிறார்களா?

தமிழகத்தைச் சேர்ந்த மாணவர்கள் தவிர மற்றவர்களுடன் நான்

பழகவில்லை. இந்தப் பல்கலைக்கழகத்தில் பயிலும் தமிழகத்தைச் சேர்ந்த சீனியர் மாணவர்களே எங்களுக்கு படிப்பு முதல் பிற அனைத்து விஷயங்களுக்கும் நன்கு உதவுகிறார்கள். அதனால் பிற மாணவர்களுடன் பேசப் பழக வேண்டிய அவசியம் இது வரை இல்லை.

கல்வித் தரம் எப்படி உள்ளது?

வகுப்பு வருகைப் பதிவேடு கட்டாயமில்லை. தினமும் நான்கு மணி நேரம் வகுப்பு. காலை பத்து மணி முதல் பகல் பன்னிரண்டு மணி வரை. மதியம் இரண்டு மணி முதல் மாலை நான்கு மணி வரை வகுப்புகள்.

பாடங்கள் கடினமாகத்தான் உள்ளன. அதிகமாகவும் உள்ளன. தினமும் படித்துப் பயிற்சி பெற வேண்டும். அதற்கே நேரம் சரியாக இருக்கிறது. தினமும் அன்றையப் பாடங்களை படிக்கத் தவறினால் தேர்வு நேரம் படிப்புச் சுமை அதிகமாகிவிடும். இது எங்களுக்கு சீனியர் மாணவர்கள் சொன்ன ஆலோசனை. அவர்கள் சொன்னது நூறு சதவிகிதம் உண்மை.

கடந்த சில ஆண்டுகளாக ஜார்ஜியாவில் நான் படித்துக் கொண்டிருக்கும் நியூ விஷன் பல்கலைக்கழகம் நல்ல தேர்ச்சி விகிதம் கொடுக்கிறது. இங்கு மருத்துவம் படித்த மாணவர்கள் இந்தியாவில் எப்எம்ஜிஇ தேர்வில் அதிகளவில் தேர்ச்சி பெறுகிறார்கள்.

ஆண்டுக்கு எத்தனை முறை இந்தியா வருகிறீர்கள்?

எங்களுக்கு மருத்துவப் படிப்புக் கால அளவு ஆறு ஆண்டுகள். மொத்தம் பன்னிரண்டு செமஸ்டர்கள். இரட்டை இலக்க எண்கள் கொண்ட செமஸ்டர் தேர்வுகளுக்கு விடுமுறை குறைவு. ஒரு மாதம் மட்டுமே விடுமுறை. ஒற்றை இலக்க எண்கள் கொண்ட செமஸ்டர் தேர்வுகளுக்கு விடுமுறை அதிகம். ஒன்றரை மாதம் விடுமுறை. அதனால் ஒற்றை இலக்க எண்கள் கொண்ட செமஸ்டர் விடுமுறைக்கு மட்டுமே இந்தியா வருகிறேன்.

நீங்கள் மருத்துவப் படிப்பு முடித்துவிட்டு வரும் போது இந்தியாவில் NExT தேர்வு அமலுக்கு வந்துவிடும். அத்தேர்வைப் பற்றி உங்கள் சீனியர் மாணவர்கள் ஏதாவது சொல்கிறார்களா?

NExT தேர்வைப் பற்றி எங்கள் சீனியர் மாணவர்கள் எதுவும் எங்களிடம் பேசியதில்லை. தனிப்பட்ட முறையில் நான் கேள்விப்பட்டது தேர்வு இரண்டு நிலைகளைக் கொண்டது. இரண்டாவது நிலைத் தேர்வில் தேர்ச்சி பெறவில்லை என்றால் மறுபடியும் முதல் நிலைத் தேர்வு எழுதித் தேர்ச்சி பெற்ற பிறகே இரண்டாம் நிலைத் தேர்வு எழுத வேண்டும். இது எந்த அளவு உண்மை என்று தெரியவில்லை. என்றார் சஞ்சய்.

சஞ்சய் P,
எம்டி (முதலாம் ஆண்டு)
(2023-2029)
நியூ விஷன் மருத்துவப் பல்கலைக்கழகம்
ஜார்ஜியா
drsanjaymbbs638@gmail.com

26. முக்கியக் குறிப்புகள்

1. நீட் மதிப்பெண்கள் *Percentile*லில் மதிப்பிடப்படுகின்றன. *Percentage*க்கும் *Percentile*க்கும் உள்ள முக்கிய வேறுபாடு சதவிகிதம் என்பது நூறில் வழங்கப்பட்ட கணித மதிப்பு விழுக்கூறு *(Percentile)* என்பது ஒரு குறிப்பிட்ட மதிப்பிற்குக் கீழே உள்ள மதிப்புகளின் சதவிகிதம் ஆகும். சதவீதம் என்பது அளவுகளை ஒப்பிடுவதற்கான ஒரு வழிமுறையாகும். நிலை அல்லது தரவரிசையைக் குறிப்பிட விழுக்கூறு பயன்படுத்தப்படுகிறது.

2. நுழைவுத் தேர்வு நீட் எழுதாமல் வெளிநாட்டு மருத்துவப் பல்கலைக்கழகங்களில் எம்பிபிஎஸ் படிக்கலாம். ஆனால் நீட் எழுதாமல் வெளிநாட்டில் எம்பிபிஎஸ் படித்த மாணவர்கள் திரும்ப இந்தியாவில் பயிற்சி பெற முடியாது. எந்த நாட்டு மருத்துவப் பல்கலைக்கழகத்தில் மருத்துவப் பட்டப்படிப்பு படித்தாலும் நீட் கட்டாயம் எழுத வேண்டும்.

3 அதிகபட்சம் இந்தியாவில் நீட் தேர்வு எழுதி ஓராண்டு உள்நாட்டு மருத்துவக் கல்லூரிகளில் முயற்சி செய்துவிட்டு பிறகு வெளிநாடுகளில் மருத்துவம் படிக்க முயல்வது சிறந்த தேர்வு. இது கல்வியாளர்கள் பரிந்துரை. மாணவர்கள் மற்றும் அவர்களுடைய பெற்றோர்கள் அவர்களது சூழ்நிலைக்கேற்ப முடிவெடுங்கள்.

4 தங்கள் பிள்ளைகள் படிக்க வேண்டிய நாடு மற்றும் பல்கலைக்கழகத்தைத் தேர்வு செய்த பிறகு மாணவர்களின்

பெற்றோர்களே இணையதளத்தில் விண்ணப்பிக்கலாம். ஆனால் ஆலோசனை நிறுவனங்களை அணுகுவது பதட்டத்தைக் குறைக்கும். அவர்கள் தேவையான ஆவணங்களைப் பெற்று அவர்களே மருத்துவப் பல்கலைக்கழகங்களில் விண்ணப்பிப்பதற்கான அனைத்து வேலைகளையும் செய்துவிடுவார்கள்.

5. குறைந்தது நான்கைந்து ஆலோசனை நிறுவனங்களை *(Consultancies)* அணுகவேண்டும். அவர்கள் சொல்வதில் இருக்கும் முரண்பாடுகளைக் கண்டறிந்து அவற்றைத் தெளிவுபடுத்திக் கொள்ள வேண்டும்.

6. படிப்புக்கான மொத்தச் செலவுகளைக் கணக்கிடும் போது கல்லூரிச் சேர்க்கை, விசா போன்ற ஆரம்பச் செலவுகளோடு ஆண்டுக் கல்விக் கட்டணம், தங்கும் மற்றும் உணவுச் செலவு, வசதிக்கேற்ப ஆண்டுக்கொருமுறை அல்லது இருமுறை இந்தியா வந்து செல்லும் பயணச் செலவு அனைத்தும் சேர்த்து நாற்பது சதவிகிதம் அதிகம் கணக்கிட்டுக் கொள்வது மொத்தப் படிப்புக்கான செலவுகளை முன்கூட்டித் திட்டமிட உதவும்.

7. இந்தியாவை விட பொருளாதாரத்தில் குறைந்த நாடுகளில் மருத்துவம் படிக்கக் கூடாது. காரணம் அந்த நாடுகளில் படிப்புத் தரம், உபகரணங்கள் மற்றும் தொழில்நுட்ப அணுகுமுறை நம் நாட்டைவிடக் குறைவாக இருக்கும். இன்னொரு கோணத்தில் அணுகும் போது, வளர்ந்த மேற்கத்திய நாடுகளில் பயின்றாலும் சொந்த ஆர்வத்தில் பாடத்திட்டத்தைத் தாண்டி கற்றுக்கொள்வது மட்டுமே பயனளிக்கும். அதன்படி எந்த நாட்டில் படித்தாலும் மாணவர்கள் சொந்த முயற்சியில் கூடுதலாகக் கற்றுக் கொள்வது மட்டுமே பயன்தரும். மாணவர்களை உயர்த்தும். இப்போது அனைத்துத் துறைகளிலும் புதிய கண்டுபிடிப்புகள், புத்தகங்கள், கற்றல் கருவிகள் பற்றிய தகவல்கள் இணையதளத்தில் கிடைக்கின்றன.

8. மருத்துவமனையுடன் இணைந்த மருத்துவப் படிப்பு படிக்கும் கல்லூரி அல்லது பல்கலைக்கழகத்தைத் தேர்ந்தெடுக்க வேண்டும். படித்த கல்லூரி அல்லது பல்கலைக்கழகத்துடன்

இணைந்த மருத்துவமனையில் மட்டுமே பயிற்சி பெற்றிருக்க வேண்டும் என்பது இந்திய மருத்துவக் கவுன்சில் விதிமுறை.

ஜமைக்காவில் படித்து அமெரிக்காவில் பயிற்சி பெறலாம் போன்ற விளம்பரங்களை நம்பிச் சேர வேண்டாம்.

9. வெளிநாட்டில் கல்லூரி பல்கலைக்கழகத்தைத் தேர்வு செய்த பிறகு அங்கு படிக்கும் இந்திய மாணவரைத் தொடர்பு கொண்டு ஆலோசனைகள் பெற வேண்டும். தமிழ் மாணவர், தென்னிந்திய மாணவர், இந்திய மாணவர் எனத் தேடும் வகையை நிர்ணயித்துத் தேட வேண்டும்.

10. மாணவர்கள் படிக்க விரும்பும் வெளிநாட்டு பல்கலைக்கழகத்தை பற்றிக் கூகிளில் தேடும் போது டாட் காம், கோ டாட் இன் மற்றும் டாட் ஓஆர்ஜி போன்ற இணையதள முகவரிகளுக்குச் செல்ல வேண்டாம். அவை இந்தியாவில் இருக்கும் ஆலோசகர்கள் நிர்வகிக்கும் இணையதளங்கள். ஒவ்வொரு நாட்டிற்கும் பிரத்தியேக இணையதள டொமைன் இருக்கும். அதை உறுதி செய்து கொள்ளவும்.

உதாரணம்: ரஷ்யாவில் இருக்கும் அல்டாய் மாநில மருத்துவப் பல்கலைக்கழக இணையதள முகவரி https://asmu.ru.

11. மருத்துவ இளங்கலை பட்டப்படிப்பு ஐம்பத்து நான்கு மாதங்கள் படித்திருக்க வேண்டும் என்று என்எம்சி வலியுறுத்துகிறது. வெளிநாட்டில் மருத்துவம் படிக்கும் அப்பல்கலைக்கழகத்தில் மருத்துவப் பட்டப்படிப்பு எத்தனை மாதங்கள் என்பதை உறுதி செய்துகொள்ளுங்கள். மேலும் இந்திய மருத்துவப் பாடத்திட்டத்துடன் அந்தப் பல்கலைக்கழகப் பாடத்திட்டங்கள் ஒத்துப்போகிறதா என்பதையும் சரிபார்த்துக் கொள்ளவும். இந்தியப் பாடத்திட்டத்தை விட அதிகமாக இருக்கலாம். ஆனால் குறைவாக இருக்கக் கூடாது.

12. வெளிநாட்டு மருத்துவக் கல்லூரியில் சேரும் முன்பு அக்கல்லூரி செயல்படுகிறதா என்று அக்கல்லூரிப் பல்கலைக்கழகத்தில் உறுதி செய்து கொள்ளவேண்டும். நேரடியாகப் பல்கலைக்கழகத்தில் சேர்வதாக இருந்தால் அந்நாட்டு அல்லது அந்நாட்டில் இருக்கும் இந்தியத் தூதரகத்தில் விசாரித்து உறுதிப்படுத்திக் கொள்ளவேண்டும்.

13. உதாரணம்: சமீபத்தில் அர்மேனியக் கல்வி மற்றும் அறிவியல் அமைச்சகம் செயின்ட் தெரசா மருத்துவப் பல்கலைக்கழக உரிமத்தை ரத்து செய்துள்ளது.

14. மாணவர்கள் மருத்துவம் படிக்கச் செல்லும் நாட்டைப் பற்றி முழுவதும் தெரிந்துகொள்ளுங்கள். அந்நாட்டைப் பற்றிய முழு வடிவம் கிடைக்க உதவும். இந்தியத் தூதரகம் மற்றும் இந்திய உயர் ஆணைய வலைதளங்களில் உலக நாடுகள் பற்றிய முழுமையான தகவல்கள் உள்ளன.

வலைதள முகவரிகள்:

https://eoi.gov.in

https://hci.gov.in

15. போர்ச்சூழல் முற்றிலும் முடியும் வரை உக்ரைன் மற்றும் அர்மேனியா நாட்டுப் பல்கலைக்கழகக் கல்லூரிகளுக்கு விண்ணப்பிக்க வேண்டாம். இந்திய மாணவர்களுக்கு ரஷ்யா பாதுகாப்பான நாடு. ஆனால் தற்போது ஐக்கிய நாடுகள் அமைப்பு போன்றவை மற்றும் உலக நாடுகள் ரஷ்யாவின் கோரிக்கைகளை ஏற்க மறுக்கின்றன.

16. நீங்கள் படிக்கச் செல்லப் போகும் நாட்டு சட்டதிட்டங்களைத் தெரிந்துகொள்ளுங்கள். நாம் இங்கு சாதாரணமாகச் செய்யும் செயல் அந்நாட்டில் விதிமுறையை மீறிய செயலாகக் கருதப்படலாம். அதனால் எதிர்கொள்ளும் சட்டநடவடிக்கை, வீண் செலவு மற்றும் நேர விரயம் மிகுந்த மனஉளைச்சலைத் தந்துவிடும்.

17. மாணவர்கள் படிக்கும் பல்கலைக்கழகத்தில்/கல்லூரியில் கல்வி உதவித் தொகை வழங்கும் திட்டங்கள் இருந்தால் அதை முன்பே பெற்றோர்களிடம் தெரிவிக்க வேண்டாம். கிடைத்த பிறகு தெரிவியுங்கள். கிடைக்கும் முன்பு அதைப் பற்றிச் சொல்லி பிறகு கிடைக்கவில்லை என்றால் தன்னுடைய பிள்ளை சரியாகப் படிக்காததால் அந்தக் கல்வி உதவித் தொகை கிடைக்கவில்லையோ என்று அவர்கள் வருத்தப்படும் வாய்ப்பு இருக்கிறது.

18. எய்ம்ஸ் போன்ற கல்லூரிகளில் மருத்துவ மேற்படிப்பு படிக்க தேர்வு *INI-CET* எழுத *FMGE* தேர்வில் முந்நூறுக்கு நூற்று அறுபத்தைந்து மதிப்பெண்கள் பெற வேண்டும். *NExT* தேர்வு நடைமுறைக்கு வந்த பிறகு விதிமுறைகள் மாறும்.

19. மருத்துவப் படிப்பிற்கு *AIIMS* கல்லூரியை இலக்காகக் கொண்டு *INI-CET* தேர்வுக்குத் தயார் செய்தால் *NEET-PG* தேர்வில் சுலபமாக வெற்றி பெற்றுவிடலாம்.

20. அமெரிக்கா, கனடா, இங்கிலாந்து, ஆஸ்திரேலியா போன்ற மேற்கத்திய நாடுகளில் மருத்துவம் படிக்க சர்வதேச நுழைவுத் தேர்வுகளான *MCAT* சில பல்கலைகழகங்கள் நடத்தும் *UCAT* போன்ற தேர்வுகளில் தேர்ச்சி பெற்றிருக்க வேண்டும். அவர்கள் நீட் மதிப்பெண்கள் எதிர்பார்ப்பதில்லை. ஆனால், என்எம்சி விதிமுறைகளின்படி எந்த வெளிநாட்டில் மருத்துவம் படித்தாலும் கட்டாயம் நீட் தேர்வு எழுதியிருக்க வேண்டும். அதனால் மேற்கத்திய நாடுகளில் மருத்துவம் படிக்கும் விருப்பம் இருந்தாலும் நீட் தேர்வும் எழுதிவிடுங்கள். *MCAT, UCAT* போன்ற தேர்வுகளுக்குத் தயாரான மாணவர்களுக்கு நீட் தேர்வு கடினமில்லை.

21. இங்கிலாந்து போன்ற ஐரோப்பிய நாடுகளில் மருத்துவம் பயில *MCAT* மதிப்பெண் அவசியமில்லை. *UCAT* அல்லது *BCAT* தேர்வில் தேர்ச்சி பெற்றிருக்க வேண்டும். பல்கலைக்கழகம் மற்றும் கல்லூரிகளைப் பொறுத்து மாறுபடும்.

22. பங்களாதேஷ் மற்றும் நேபால் நாடுகளில் மருத்துவப் பாடத்திட்டங்கள் இந்தியப் பாடத்திட்டங்களை ஒட்டி தயாரிக்கப்பட்டவை. தரமான கல்வி. ஆனால் குறைந்த அளவு இருக்கைகளே இருக்கின்றன. போட்டி அதிகம்.

23. நேபாளத்தில் எம்பிபிஎஸ் படிப்பில் சேர சில பல்கலைக்கழகங்கள் மற்றும் கல்லூரிகள் தனியாக நன்கொடை கேட்கின்றன. கல்விக் கட்டணம் அதிகம். ஆனால் இதர செலவுகள் குறைவு.

24. சர்வதேசப் பணமதிப்பு அமெரிக்க டாலரில் மதிப்பிடப்படுவதால் வெளிநாட்டில் கல்வி மற்றும் இதர கட்டணங்கள் அமெரிக்க டாலரில் கணக்கிடப்படுகின்றன.

25. வெளிநாடுகளில் மருத்துவப் படிப்பு முதல் இரண்டு ஆண்டுகள் கடினம். மாணவர்களுடைய படிப்பு மற்றும் பிற நடவடிக்கைகளை பின்தொடர்ந்து கொண்டிருப்பார்கள். நன்றாகப் படிக்க வேண்டும். இல்லையெனில் தேர்வு மதிப்பெண்கள் அல்லது உள் மதிப்பெண்கள் *(Internal Marks)* குறைத்து மாணவர்களை வெளியேற்றப் பார்ப்பார்கள். காரணம், நன்றாகப் படிக்காத மாணவர்கள் அவர்களுடைய பல்கலைக்கழகத்தில் டாக்டர் பட்டம் பெற்று வெளியே சென்று மற்ற இடங்களில் சரியாக பணி புரியவில்லை என்றால் அது அவர்களுடைய பல்கலைக்கழகத்திற்கு அவப்பெயர். நன்றாகப் படிக்கும் மாணவர்களுக்கு இந்தப் பிரச்சனைகள் எதுவும் இல்லை. மூன்றாம் ஆண்டைத் தொட்டுவிட்டால் படிப்பு சுலபமாகிவிடும்.

26. என்எம்சி விதிமுறைப்படி வெளிநாட்டுப் பல்கலைக்கழகத்தில் மருத்துவம் படிக்கும் மாணவருக்கு அதே பல்கலைக்கழகத்துடன் இணைந்த மருத்துவமனையில் செயல்முறைக் கல்வி *(Internship)* கட்டாயம். ஆனால் வெளிநாட்டுப் பல்கலைக்கழகங்களில் செயல்முறைக் கல்வி முழுமையாகக் கிடைக்காது. அதனால் மாணவர்கள் இந்தியாவில் அரசு மருத்துவக் கல்லூரி/ மருத்துவமனைகளில் செயல்முறைக் கல்வி ஓராண்டு பயில்வது மாணவர்களுடைய முதுகலைக் பட்டப்படிப்புக்கு மற்றும் மருத்துவப் பணிக்கு உதவும்.

ஏன் இதைக் குறிப்பிடுகிறோம் என்றால் வெளிநாட்டில் மருத்துவ இளங்கலை முடித்த மாணவர்கள் இந்தியாவில் செயல்முறைக் கல்வியைத் தொடராமல் நேரடியாக *FMGE* மற்றும் *NEET-PG* தேர்வுகளுக்குத் தயாராகத் தொடங்கிவிடுகிறார்கள். இதனால் அந்த மாணவர்களுக்குச் செயல்முறையில் முழு அனுபவம் கிடைக்காமல் போகிறது. பின்னாளில் அவர்கள் முதுகலை மருத்துவம் படிக்கும்போது / நேரடிப் பயிற்சியின் போது தடுமாறுகிறார்கள். இந்தியாவில் செயல்முறைப் பயிற்சியில் ஒரு வருடம் வீணாகிறது என்று நினைக்கக்கூடாது. அந்த அனுபவம் குறைந்தப்பட்சம் ஐந்தாண்டுகள் நேரடிப் பயிற்சிக்குச் சமம்.

27. அனைத்து வெளிநாட்டுப் மருத்துவப் பல்கலைக்கழகங்களும் மாணவர் சேர்க்கைக்கு ஜூம், கூகிள் மீட், ஸ்கைப் போன்ற

ஏதாவது ஒரு செயலி மூலம் ஆன்லைன் நேர்காணல் நடத்துகின்றன.

28. பன்னிரண்டாம் வகுப்பு முடித்த பிறகு நீட் தேர்வு எழுத வேண்டும். மாணவர்கள் படிக்க விரும்பும் பல்கலைக்கழகத்திற்கு அவசியம் எனில் *TOFEL, IELTS, BCAT, MCAT, UCAT* தேர்வுகள் எழுத வேண்டும். பின்னர் படிக்க விரும்பும் வெளிநாட்டுப் பல்கலைக்கழகத்திற்கு கன்சல்டன்ஸி மூலம் விண்ணப்பிக்க வேண்டும். சில பல்கலைக்கழகங்கள் ஆன்லைனில் நுழைவுத்தேர்வு நடத்துகின்றன. அந்நுழைவுத் தேர்வு எழுத வேண்டும். வெளிநாட்டுப் பல்கலைக்கழகத்தில் மருத்துவப் படிப்பு முடித்து அதே பல்கலைக்கழகத்துடன் இணைந்த மருத்துவமனையில் ஓராண்டு இன்டெர்ன்ஷிப் முடிக்க வேண்டும். பின்னர் இந்தியா வந்து மாணவர்கள் வசிக்கும் மாநிலத்தில் உள்ள மருத்துவ கவுன்சிலில் இணைத்துக் கொண்ட பின்னர் இந்தியாவில் ஏதாவது ஒரு அரசு மருத்துவக் கல்லூரி/மருத்துவமனையில் ஓராண்டு இன்டெர்ன்ஷிப் முடிக்க வேண்டும். தேர்வை முடித்து மேற்படிப்புக்கு எழுத வேண்டும். தேர்வு நடைமுறைக்கு வந்த பிறகு விதிகள் மாறலாம்.

இது வெளிநாட்டில் மருத்துவப் படிப்பு படிக்க நடைமுறை. கன்சல்டன்ஸி அல்லது மற்றவர்களுடைய தவறான வழிகாட்டுதலில் ஏதாவது ஒன்றைச் செய்யத் தவறினால் பின்னாளில் அதன் விளைவைச் சந்திக்க நேரிடும். விளைவு என்பது மனஉளைச்சல், கால மற்றும் பண விரயம் போன்றவை. நாம் விரும்புவதை குறுக்கு வழியில் அடைவது கடினம். நேர் வழியில் அடைவது சுலபம். இது அனைத்துக்கும் பொதுவான விதி.

வருங்கால மருத்துவர்களுக்கு வாழ்த்துகள்.

தகவல்கள் நேரடி உதவி

டாக்டர், ஹரிகுமார்
MD (MBBS) (2013-2019)
Tibilisi State Medical University
Georgia

தற்போது

MD –General Medicine (2023-2026)
Silchar Medical College
Assam

உதவிய நூல்கள்

STUDYING ABROAD: A to Z Summary of the Necessary Things you you Need to Know as an Intending Student or International Student – Victoria A. Scott

Medicine Abroad: A guide for Foreign Medics – DR ADAEZE IFEZULIKE

இணையதளங்கள்:

வெளிநாடுகளில் உள்ள முக்கியப் பல்கலைக்கழகங்கள் மற்றும் கல்லூரிகளுடைய அதிகாரபூர்வ இணையதள முகவரிகள் அந்த அத்தியாயங்களில் குறிப்பிட்டிருக்கிறேன். புத்தகம் எழுத உதவிய மேலும் சில இணையதளங்கள்.

- https://www.nmc.org.in
- https://eoi.gov.in
- https://main.mohfw.gov.in
- https://www.ima-india.org
- https://neet.nta.nic.in
- https://www.selectyouruniversity.com
- https://eoiukraine.gov.in
- https://www.topuniversities.com/university-rankings/world-university-rankings/2023
- https://www.timeshighereducation.com/world-university-rankings/2023/world-ranking#!/page/1/length/25/locations/GBR/sort_by/stats_pc_intl_students/sort_order/desc/cols/stats

- https://natabroad.gov.in
- https://www.tnmgrmu.ac.in
- https://tamilnadumedicalcouncil.org
- https://www.studyinchina.edu.cn
- https://eoiyereven.gov.in
- https://health.economictimes.indiatimes.com
- https://www.eoimanila.gov.in
- https://www.outlookindia.com
- https://www.livemint.com

யூடியூப் சானல்கள்

- கல்வி விகடன்
- Shivaan Bahl
- This is Yulia
- Study in Europe
- Future Doctors
- Dr Amir AIIMS
- Doctor Martina
- Unacademy Neet

www.ingramcontent.com/pod-product-compliance
Lightning Source LLC
LaVergne TN
LVHW040814051026
849519LV00007BA/2634